कर्तव्याचा महामेरू

प्रा. सुधाकर रोहोकले

#AnyoneCanPublish with
सकाळ प्रकाशन

#AnyoneCanPublish with

सकाळ प्रकाशन

Kartavyacha Mahameru

Sudhakar Rohakale, 2024

कर्तव्याचा महामेरू

प्रा. सुधाकर रोहोकले, २०२४

प्रथम आवृत्ती : १३ ऑक्टोबर २०२४

प्रकाशक : सकाळ मीडिया प्रा. लि.
५१५, बुधवार पेठ, पुणे-४११ ००२

संपादन : ऋता बावडेकर

मुखपृष्ठ, मांडणी आणि मुद्रितशोधन : सारद मजकूर, पुणे

मुद्रणस्थळ : विकास प्रिंटिंग अॅण्ड कॅरिअर्स प्रा. लि.
प्लॉट नं. ३२, एमआयडीसी, सातपूर,
नाशिक

ISBN : **978-93-48048-91-2**

अधिक माहितीसाठी : ०२०-२४४० ५६७८ / ८८८८८४९०५०
sakalprakashan@esakal.com

पूज्य

दगडूदादा (मोठे बाबा) आणि मोठी आई (पार्वती आई)

तसेच

नातीगोती जपणाऱ्या देश-विदेशातल्या समस्त

प्रेमळ कुटुंबांना

॥ कर्तव्याचा महामेरू ॥

निराधार होते आयुष्य आमचे, आधारवड गमावताना।
अंधारले होते भविष्य, शिरी पित्रृछत्र नसताना॥

त्यागमूर्ती भाऊ सरसावले, सावरण्या पितृत्व।
अन् खंबीर निश्चयाने, सिद्ध केले कर्तृत्व॥

दुबळ्यांना आधार देऊनी, दर्शवले दातृत्व।
आदर्शांची ओळख पटता, आकारले नेतृत्व॥

वंचितांशी घरकूल अन् अनुदानातून विहीर।
वाडी वस्तीत पोहोचले पाणी, झालात तुम्ही कर्मवीर॥

घडला विकास, झाले रस्ते, बँका अन् विद्यालय।
मिळवले आरोग्य केंद्र, ग्रामस्वच्छता अन् देवालय॥

बांधलीत तालीम, बंधारे, नाले आणि धरण।
ग्रामआरोग्य योजना, व्यसनमुक्ती अन् लसीकरण॥

मिळाला निराधार वृद्धांना भत्ता, शेतकऱ्यांना बियाणे खते।
जाणले हीत सर्वांचे, झालात तुम्ही गावाचे भाग्यविधाते॥

निष्कलंक चारित्र्य, संस्कार, आदर्शांचा ठेवा।
जसे एक बीज रुजावे अन् वटवृक्ष व्हावा॥

जिंकुनी हृदये मिळाली उपाधी, संत अन् योगी।
तुम्ही कर्तव्याचा महामेरू, निष्काम कर्मयोगी॥

आम्ही वंदितो आपले चरण, टेकवुनी माथा।
तुम्ही दीर्घायू - आरोग्यसंपन्न व्हावे, हीच प्रार्थना सर्वथा॥

येथे देवदूत जन्मास येण्या, लागती शतके अनेक।
संयमी त्यागी राम आमुचा, शोभतसे लाखांत एक॥

- प्रा. सुधाकर रोहोकले

निलेश ज्ञानदेव लंके
लोकसभा सदस्य
३७ अहमदनगर (अहिल्यानगर) दक्षिण
महाराष्ट्र

सत्यमेव जयते

दिल्ली पत्ता :
नविन महाराष्ट्र सदन, के.जी.मार्ग,
नवी दिल्ली-११०००१
अ.नगर (अहिल्यानगर) पत्ता :
शासकीय तंत्र निकेतन महाविद्यालया शेजारी
बुरुडगांव रोड, भवानी नगर, अहमदनगर
(महाराष्ट्र) पिन -४१४००१

Ref: 812/2024-25
Date: 30/08/2024

शुभेच्छा संदेश

पारनेर तालुक्यातील भाळवणी गावचे सुपुत्र श्री. गंगाराम दगडू रोहोकले यांना मी गेल्या पंधरा ते वीस वर्षांपासून ओळखत आहे. वडिलांच्या निधनानंतर गंगाराम भाऊंनी आपल्या लहान भावांचे शिक्षण पुर्ण केले. त्यासाठी त्यांना रोजगारा हमीची कामे व विहीरी खोदण्याचे कामे करावी लागली. एकत्रित कुटुंबासाठी काम करत असताना त्यांनी भावळणी गावामधील अनेक सामाजिक कामांमध्ये योगदान दिले. त्यांच्यामधील कार्यक्षमता व गरीबांबद्दलची आपुलकी पाहून गावकऱ्यांनी त्यांना दोन वेळा गावचे सरपंच पद, साखर कारखाना संचालक व पंचायत समिती सदस्य म्हणून निवडून देत सन्मानाची पदे बहाल केली. या प्रत्येक पदाला गंगाभाऊंनी योग्य न्याय दिला आहे.

त्यांचे बंधू प्रा. सुधाकर रोहोकले हे गंगारामभाऊंचे जीवन चारित्र्य 'कर्तव्याचा महामेरू' या पुस्तकाद्वारे वाचकांसमोर शब्दांकीत करण्याचा प्रयत्न करत आहेत. एका एकत्रीत हिंदू कुटूंबाची संघर्षगाथा या पुस्तकात त्यांनी मांडलेली आहे. अलिकडील काळात एकत्र कुटूंब पद्धतीचा ऱ्हास होत चालला असताना मुलांच्या सर्वांगिण विकासाकरीता एकत्रीत कुटूंब हे प्रभावी संस्कार केंद्र असल्याचे यातून दिसून येते. गंगाराम भाऊंनी केलेले कार्य व कर्तृत्वाचा अभ्यास पाहता त्यांच्या जीवन चरित्रास दिलेले 'कर्तव्याचा महामेरू' हे नाव सार्थ वाटते.

तालुक्यातील एक आदर्श व्यक्तीमत्व म्हणून गंगारामभाऊंचे कार्य व जीवनपट यापुर्वीच जनतेसमोर येणे आवश्यक होते. प्रा. सुधाकर रोहोकले यांनी गंगारामभाऊंचा जीवनपट व चरित्र 'कर्तव्याचा महामेरू' जनतेच्या समोर पुस्तकाच्या स्वरूपाने आणला आहे त्याबद्दल मी त्यांना धन्यवाद देतो. तसेच प्रा. सुधाकर रोहकले यांना व त्यांच्या 'कर्तव्याचा महामेरू' या पुस्तकास शुभेच्छा व्यक्त करतो.

धन्यवाद.

(निलेश ज्ञानदेव लंके)

संपर्क कार्यालय व पत्र व्यवहाराचा पत्ता : न्यु आर्टस् कॉलेज शेजारी, पारनेर, ता.पारनेर, जि.अ.नगर (अहिल्यानगर) पिन-४१४३०२
फोन : (०२४८८)२९५३३३ मोबाईल : ९४९९१००२६८ / ९४९९२००२६८ Email Id : mpnileshlanke3333@gmail.com

स्थापना दि. २३/३/१९६०

ग्रामपंचायत कार्यालय हिवरेबाजार (आदर्शगांव)

पद्मश्री. पोपटराव पवार (एम.कॉम.) उपसरपंच — **सौ. विमल दिपक ठाणगे** सरपंच

ता. नगर, जि. अहमदनगर. ☎ : (०२४१) (कार्या.) २५९७४१३, मो.नं. ९४०४९८०८८५, ७५८८०९२०९०
Email : popatrao.pawar@rediffmail.com

जा. क्र.

दिनांक - ०७/०९/२०२४

शुभेच्छा संदेश

भाळवणी गावचे सुपुत्र **श्री. गंगाराम दगडूजी रोहोकले** यांना मी २५-३० वर्षापासून ओळखतो. वडिलांच्या निधनानंतर गंगाराम भाऊंनी आपल्या लहान भावंडांचे शिक्षण पूर्ण केले. त्या करीता दुष्काळी परिस्थितीमध्ये प्रसंगी रस्त्याच्या डबर भरणीचे काम, विहीरी खोदण्याचे काम त्यांना करावे लागले. एकत्रित कुटुंबासाठी काम करत असतानाच त्यांनी त्यांच्या गावाच्या विकासकामांमध्ये लक्ष घालून सामाजिक कामांमध्ये योगदान दिले.

त्यांच्यातील कार्यक्षमता, शांत स्वभाव, सोशिकपणा आणि गोरगरिबांबद्दल प्रेम व आपुलकी पाहून गावकऱ्यांनी त्यांना दोन वेळा गावाचे सरपंच पद, साखर कारखान्याचे संचालक, पंचायत समिती सदस्य अशी सन्मानाची पदे बहाल केली. या प्रत्येक पदाला गंगाराम भाऊंनी योग्य तो न्याय दिला. भाळवणी गावाच्या विकासात गंगाराम भाऊंचा मोलाचा सहभाग आहे. त्यांचे भाळवणी गावच्या शासनाच्या वतीने आदर्श गाव निर्मितीत मोलाचे योगदान आहे.त्यांनी केलेली अनेक विकासकामे व त्यांचे निष्कलंक चारित्र्य या सद्गुणांच्या जोरावर त्यांनी जनतेचे उदंड प्रेम मिळविले आणि प्रामाणिकपणे जतन केले. मानाचे पद मिळाल्यानंतर हुरळून न जाता सेवेची संधी समजून त्या पदावर आपल्या कामाची मोहोर यशस्वीपणे उमटविली.

त्यांचे बंधू प्रा. सुधाकर रोहोकले हे गंगाराम भाऊंचा जीवनपट पुस्तकरूपाने शब्दांकित करीत आहेत.त्यातून इतरांनाही एकत्रित कुटुंब व्यवस्थेला नवी प्रेरणा मिळणार आहे. प्रस्तुत **'कर्तव्याचा महामेरु'** या पुस्तकास हिवरे बाजार परिवाराच्या हार्दिक शुभेच्छा.

डॉ.पोपटराव पवार
(पद्मश्री पुरस्काराने सन्मानित)

। यावत भूमंडलात धत्ते, सशैलवनकानन् तावत् निष्ठन्ति मेदिन्या संततिः पुत्र पौतृकि ।।
। देहन्ते परमं स्थानम्, यत् सुरैरपी दुर्लभम् । प्राप्नोति पुरूषो नित्यं, महामाया प्रसादतः ।।

।। जोपर्यंत या धरतीवर पर्वत, उद्याने, सरोवरे आहेत, तोपर्यंत तुम्ही, तुमची मुले व नातवंडे सुखाने जगाल ।।
आणि ज्यांना हा संदेश समजेल त्यांना महामायेच्या म्हणजेच निसर्गाच्या कृपेने परमस्थान प्राप्त होईल.

- महाभारत (भिष्मपर्व)

मी भरून पावलो आहे...

शरीर आणि मन उतार वयाला लागलं की, जीवनाचा पट डोळ्यासमोर तरळू लागतो याचा अनुभव सध्या मला येतोय. खरं तर माझं आत्मचरित्र लिहून मी काय कमावलं आहे किंवा माझा जीवनप्रवास किती गौरवशाली होता, हे जगाला सांगणं हा माझा हेतू नाही. अगदी कुणी माझं आत्मचरित्र वाचावं एवढं ते रंजकही नाही. मुळात स्वतःचा जीवनप्रवास लिहिणं म्हणजे परत एकदा आयुष्य जगण्यासारखं आहे. जीवनाचा प्रवास करताना जगलेला प्रत्येक क्षण मनामध्ये कुठंतरी घर करून बसलेला असतो. त्या अडगळीत बसलेल्या क्षणांना नव्यानं मांडण्याची संधी म्हणजे आत्मचरित्र होय. जीवन म्हणजे फक्त आनंदाचेच क्षण नाही, तर तो सुखदुःखाचा लपंडाव आहे, वाईट चांगल्या अनुभवाची शिदोरी आहे. ही शिदोरी आईनं बांधून दिलेल्या शिदोरीसारखी आहे, कितीही विटली, तरीही ती टाकून देण्यास मन धजावत नाही. जीवनाच्या वाटेवर असंख्य चांगलीच माणसं, मित्र, नातेवाईक भेटले. ज्यांच्याबरोबर चार पावलं चालता आलं, बसता आलं, सुख-दुःख वाटता आलं, चांगल्या गोष्टी घेता आल्या आणि वाईट गोष्टींचा अनुभव म्हणून वापर करता आला. खरं तर माझं जीवन या लोकांमुळंच सार्थकी लागलं. जर माझ्या आयुष्यात सुखदुःखाचा लपंडाव नसता, तर माझं जीवन एखाद्या सपक भाजीसारखं झालं असतं. जीवनातले चढ-उतार जीवनाला आकार देऊन गेले आहेत आणि तो आत्मचरित्राच्या माध्यमातून सर्व जीवनप्रवास मी परत एकदा बारकाईनं अनुभवत आहे. एक त्रयस्थ म्हणूनही जीवनातल्या बारकाव्यांचं निरीक्षण करत आहे.

माझे वडील कै. दगडू तात्याबा रोहोकले यांचा जन्म भाळवणीतील एका गरीब शेतकरी-कष्टकरी कुटुंबात झाला. घरी अठराविश्व दारिद्र्य, शेतीतून येणाऱ्या उत्पन्नावर संपूर्ण कुटुंबाची गुजराण चालत असे. या परिस्थितीतही वडिलांचं

शिक्षण मराठी तिसरीपर्यंत झालं होतं. त्यांच्या वयाच्या दहाव्या वर्षी म्हणजेच तिसरीमध्ये शिकत असताना भाळवणी गावात प्लेग या रोगाची साथ सुरू झाली होती. प्लेगमुळं अनेक लोक पटापट मृत्यू पावत होते. त्यामध्येच माझ्या वडिलांच्या आईचं निधन झालं आणि खऱ्या अर्थानं माझे वडील पोरके झाले. कारण त्यांचे वडील तात्याबा कधी निधन पावले हे त्यांनाही आठवत नव्हतं. वडील खूप लहान असतानाच निधन पावले होते. वडिलांना एक मोठी बहीण होती, जिचं नाव जिजाबाई होतं. ती लहान असतानाच तिचं लग्न झालं होतं. आई एका मुलाला घेऊन काबाडकष्ट करून चरितार्थ चालवत होती; परंतु नियतीला हे मान्य नव्हतं. प्लेगच्या साथीमध्येच आईचं छत्र हरपलं. आई-बापाविना पोरके झालेले माझे वडील दुःखानं खचून गेले होते.

आईचं दहावं झाल्यावर पंचांची आणि नातेवाईकांची बैठक झाली. या बैठकीत या अनाथ मुलाचा यापुढं कोण सांभाळ करणार ते ठरवण्यात आलं. त्या वेळी वडिलांचे मेव्हणे म्हणजेच बहिणीचे पती पुढं येऊन म्हणाले, 'मी या पोराला माझ्या घरी घेऊन जातो. पंधरा-सोळा वर्षांचा होईपर्यंत सांभाळतो. हा पोरगा माझी गुरं-ढोरं सांभाळील त्यामुळं त्याला माझ्या स्वाधीन करा.' पंचांकडं हा निर्णय मान्य करण्याशिवाय दुसरा पर्यायदेखील नव्हता.

वडिलांची वडिलोपार्जित सर्व जमीन रामभटाकडं (सावकाराकडं) गहाण पडलेली होती. त्यामुळे शेती करण्याचा प्रश्नच नव्हता. माझे वडील त्यांच्या आईचं तेरावं करून बहिणीबरोबर 'वडगाव गुप्ता' या गावी गुरं सांभाळायला गेले आणि खऱ्या अर्थानं वडिलांचा वनवासी प्रवास सुरू झाला. पाच-सहा वर्षं उलटून गेली. वडिलांचे चुलते रामाचिमा रोहोकले हे मुंबईला नोकरीला होते. ते वर्षातून एकदा आपल्या पुतण्याला भेटायला जायचे. वडिलांचं वय सोळा वर्षं झालं. रामाचिमा वडगावला आले आणि बाळाजी डोंगरे यांना म्हणाले, 'पोरगा काम करण्याजोगा झाला आहे, म्हणून त्याला आता मी माझ्याबरोबर मुंबईला घेऊन जातो आणि तिकडेच कामाला लावतो.' असं म्हणून ते माझ्या वडिलांना घेऊन भाळवणीला आले. अशा कठीण काळात वडिलांना चुलते म्हणजे देवच भेटल्यासारखे वाटले. पुढं दहा वर्षांनंतर वडिलांचे काका रामाचिमा वडिलांना घेऊन मुंबईला गेले. सुरुवातीला सहा महिने संडासाला रंग देण्याचं काम मिळालं. वीस रुपये महिना पगारावर वडील काम करू लागले. वडिलांना त्यांच्या चुलत्यांनी जेवायला आपल्याच घरी ठेवलं. नंतर एका कापड गिरणीमध्ये पस्तीस रुपये महिना पगारावर नोकरी मिळाली. मग मात्र खानावळ लावली आणि चार-पाच गावच्या लोकांनी एकत्र येऊन भाड्यानं खोली घेतली आणि सगळे तिथं राहू लागले. वडिलांच्या आयुष्यातील हे चढ-उतार त्यांनी स्वतः मला सांगितले. ही सर्व कहाणी सांगताना त्यांच्या डोळ्यांत पाणी आलं होतं. खरं तर या कहाणीचा माझ्या वैयक्तिक

जीवनावर खूप खोलवर परिणाम झाला. माझ्या जीवनाची जडणघडण अशा कसलेल्या परिस्थितीतून झाली, याची जाणीव मला कायम राहिली.

वडील थकले असल्यामुळं मी सातवी पास झाल्यावर मला शेती करण्यासाठी आमच्या आईनं शाळेतून काढण्याचा निर्णय घेतला. हा निर्णय वडिलांना मान्य नव्हता. 'पोरगा हुशार आहे. शिकून तो चांगला अधिकारी होईल. शेतीचं कसंही होईल; पण त्याला शाळा शिकू दे,' असं त्यांनी आईला सांगितलं; परंतु आईला शेतीची असलेली आवड आणि कूळकायद्याची भीती यामुळं मला शाळेतून शेती करण्यासाठी काढायचं ठरलं. १९६४ ला सातवी पास झाल्यानंतर मला शाळा सोडावी लागली. सातवीत पहिला नंबर मिळालेला एक चांगला विद्यार्थी शाळा सोडतो हे कळाल्यावर मराठी शाळेचे मुख्याध्यापक ठुबे गुरुजी, मेहेरे गुरुजी, आढाव गुरुजी, हायस्कूलचे मुख्याध्यापक एक दिवस सर्व घरी आले आणि 'शाळेतून मुलाला काढू नका' अशी विनंती वडिलांना आणि आईला करू लागले. 'तुमचा मुलगा तुमचे नाव मोठे करीलच; पण आमचंही नाव मोठं होईल' असं सांगू लागले. सर्व चर्चा मी जवळ बसून ऐकत होतो; परंतु निर्णय काही बदलला नाही. माझी आई म्हणाली की, आम्हाला चाळीस एकर जमीन आहे ती वाट्यानं दिली तर कूळकायद्यानं ती जाईल. मला जमीन सांभाळणं गरजेचं आहे. मी माझ्या बाकीच्या चार मुलांना शिकवीन; पण हा कर्ता मुलगा मी शाळेत पाठवू शकत नाही.' हे ऐकल्यावर ठुबे गुरुजींच्या डोळ्यांत पाणी आलं. 'बरं ठीक आहे.' म्हणून रुमालानं डोळे पुसत ते उठले. मी, आई आणि वडील आम्ही तिघंही ते गेल्यावर खूप रडलो; पण निर्णय बदलला नाही. माझ्या लहान बंधूंचं शिक्षण व्हावं म्हणून मीदेखील आईशी सहमत झालो.

सातवीत मला झिंजाड गुरुजी होते. अतिशय शांत, शिकवायला चांगले. कुणावरही रागावणार नाही, मारणार नाही, त्यांचाही मी लाडका विद्यार्थी बनलो. सेक्रेटरी पदही माझ्याकडं होतं. सातवीत झिंजाड गुरुजींचा मुलगा माझ्यापेक्षा हुशार असल्यानं तो एक नंबरचे मार्क मिळवायचा, तर मी दोन नंबरला गेलो. गुरुजींचा मधु हुशार आणि खोडकर होता. झिंजाड गुरुजींनी मला फारच आदराची वागणूक दिली. शाळेमध्ये आदर्श विद्यार्थी निवडून त्याचा सत्कार करायचा, अशी योजना ठुबे गुरुजींनी जाहीर केली. एक महिन्यानंतर कार्यक्रम केला. त्या वेळचे पंचायत समितीचे सभापती नामदेवराव गुंजाळ हे पाहुणे होते. गावचे सरपंच रामा नाना रोहोकले हे अध्यक्ष होते. मोठी अपेक्षा नसतानाही माझं नाव जाहीर झालं. माझा सत्कार करून कार्यक्रमात मला चांदीचं पदक बक्षीस मिळालं. दोन-तीन शिक्षकांनी आणि मुख्याध्यापकांनी माझ्याविषयी गुण गौरवपर भाषणं केली, तेव्हा मी भारावून गेलो होतो. हा माझ्या आयुष्यातील एक आनंदाचा क्षण होता. घरी आल्यावर आई आणि मी जमेल तशी शेती करू लागलो.

पळशीचे आप्पा शिंदे यांना अंगवाटेकरी म्हणून आम्ही शेती वाट्याने दिली. शिंदे आणि मी शेतीमध्ये धान्याचं, कापसाचं चांगलं उत्पन्न काढू लागलो. यात पाच ते सहा वर्षं निघून गेली. मुलगा चांगला शेती करतो म्हणून वडीलही बसल्या जागी समाधान मानत होते. काठी घेऊन लहान भावाचा हात धरून ते शेतात यायचे. मी चांगली शेती करतो याचं ते कौतुक करायचे.

दिवाळी चार-पाच दिवसांवर आली होती. कपडे तर नाहीच ; पण सण करायलादेखील घरात दमडीही नाही. माझ्या आईनं दिवाळीच्या आदल्या दिवशी सकाळीच घरातील घंगाळ (अंघोळीचं गरम पाणी साठवण्याचं मोठ्या आकारचं तांब्याच्या धातूचं पसरट भांडं) घेऊन गुपचूप गोणीत घातलं आणि एसटीनं नगरला गेली. घंगाळं विकून सत्तर रुपये आले. आईनं नगरहून रवा, मैदा, खोबरं असा बाजार आणला आणि इतरांबरोबर आमचीही दिवाळी बरी झाली. कुणालाही घंगाळ मोडल्याचं सांगायचं नाही, अशी तंबी आम्हाला देण्यात आली होती. त्यानंतर एके दिवशी मी सायंकाळी पाटलांच्या गिरणीसमोरून चालल्लो असताना कै. नाना पाटील त्यावेळच्या सरपंचांनी मला हाक मारली. 'अरे, गंगाराम इकडे ये रे.' नाना पाटील कम्युनिस्ट पक्षाचे भाळवणी परिसरातले कार्यकर्ते होते. आमदार भास्करराव औटीचे यांच्या नेतृत्वाखाली ते काम करत होते. हाक मारल्यावर मी त्यांच्याजवळ गेलो. गिरणीच्या ओट्यावर ते बसले होते. मला बसायला सांगून ते म्हणाले, 'आमच्या पक्षाचं कांदुरला एक दिवसाचं शिबिर आहे. दोन दिवसांनी तू त्या शिबिराला ये. पक्षाचे विचार तुला पटले तर आमच्या पक्षाचा तुला सभासद करून घेऊ. बबन डावखरबरोबर ये.' मलाही आनंद झाला. एवढ्या मोठ्या माणसानं शिबिराला बोलावलं म्हटल्यावर मी जायचं ठरवलं.

रविवारी सकाळी आठ वाजताच त्यांचा ड्रायव्हर माझ्या घरी आला आणि मी त्यांच्याबरोबर कांदुर पठार इथं शिबिराला गेलो. गावातील धोंडीभाऊ, खरमाळे, डॉ. बांडे, तुकाराम पाटील, भाऊ चेमटे अशी मंडळी त्या ठिकाणी भेटली. माझ्याशी सर्व जण फार प्रेमानं बोलले. कॉ. दाजी नगरकरांचे मळ्यात आमराईमधे शिबिर होतं. सकाळी नऊ वाजता शिबिर सुरू झालं. तालुक्यातील मोजके शंभर ते दीडशे लोक आले होते. नेते मंडळींचं मार्गदर्शन ऐकायला मिळालं. दुपारी जेवण त्याच ठिकाणी ठेवलं होतं. रात्री दहा वाजता शिबिराचा समारोप झाला. भाळवणीच्या सर्व कार्यकर्त्यांचं म्हणणं ऐकून आणि मलाही विचार पटल्यानं त्याच सभेत मला सभासद करण्यात आलं. वयाच्या विसाव्या वर्षी मी कम्युनिस्ट पार्टीचा सभासद झालो आणि माझ्या राजकीय जीवनाला सुरुवात झाली. गावातील प्रतिष्ठित लोक डॉ. बांडे, कॉ. धोंडीभाऊ खरमाळे हे मला दररोज बोलावून घ्यायचे आणि मला राजकीय मार्गदर्शन करायचे. वडील फारच थकत चालले होते, तेव्हा त्यांना कमी दिसू लागलं होतं. १९७४ मध्ये

वडील आजारी पडले. औषधोपचारानंही फारसा फरक पडत नव्हता. वडिलांची सेवा मधुकर आणि सीताबाई हे फार चांगल्याप्रकारे करत होते. आम्हा सर्वांवर वडिलांचं फार प्रेम होतं. दि. १९.०६.१९७४ रोजी आषाढ लागायच्या आदल्या दिवशी सायंकाळी सहा वाजता वडिलांची प्राणज्योत मावळली. घरातील सर्व जण रडून आक्रोश करू लागले. गावातील बरेच लोक जवळ जमले. रात्री दहा वाजता अंत्ययात्रा निघाली. तेव्हा मी बावीस वर्षांचा होतो. मी वडिलांच्या चितेला अग्निडाव दिला. हा प्रसंग माझ्या आयुष्यातला सर्वांत दुःखद प्रसंग होता. कारण वडिलांचा आधार गेला. आम्ही सर्व भावंडं पोरकी झालो. माझ्यावर कुटुंबाची जास्त जबाबदारी पडली. दहा दिवस घरीच बसून राहिलो. रायतळ्याचे मेव्हणे रामराव येणारे यांनी दहाव्याला लागणारं साहित्य म्हणजे गूळ, गहू, डाळ इत्यादी त्यांच्या बैलगाडीनं भाळवणीत पाठवून दिलं. दहावा झाला, तेरावा झाला. या दुःखाच्या काळात भाऊबंद धोंडीबाबा, साहेबराव, आबाशेठ रोहोकले, आनंदा रोहोकले हे सर्व जण आमच्या घरी सायंकाळी येऊन आम्हाला जेवू घालायचे. आमच्या बरोबर तेही जेवायचे. सर्व बहिणीदेखील तेरा दिवस घरीच थांबल्या होत्या. तेराव्याच्या दिवशी आमच्या चुलत भावानं-साहेबरावनं माझ्या आईला सांगितलं, 'पाऊस नाही, पाणी नाही, दिवस वाईट आहेत. घरी बसून चालणार नाही. मी विद्यापीठामध्ये दोन सरकारी विहिरींचं काम घेतलं आहे. गंगारामला तिकडं घेऊन जातो. दोन पैसे मिळतील. आठ दिवसातून एकदा घरी येत जाऊ. स्वयंपाक आम्ही हातानंच करतो.' आईने संमती दिली. दुसऱ्या दिवशी ज्वारीचं दोन पायली पीठ, मिरची-मसाला, कपडे, एक खोरे, एक टिकाव, एक घमेलं असं डोक्यावर घेऊन मी साहेबरावबरोबर विद्यापीठाला जायला निघालो. तेव्हा आई, सर्व बहिणी, सर्व भाऊ मला सोडण्यासाठी घरापासून शंभर फूट अंतरावर आले. प्रसंग भयानक होता. माझ्या डोक्यावर कपड्याची वळकुटी, खोरे, घमेली आणि मी पोट भरायला चाललो आहे, असा त्यांचा समज झाला असावा. मी मागं वळून पाहिलं, तर सर्वांचे डोळे भरून आले होते. आई पदरानं डोळे पुसत होती. मीही मागे पाहत जड अंतःकरणानं पुढं पावलं टाकत होतो. साहेबरावानं आवाज दिला, 'मोठी आई काळजी करू नको. मी त्याला जे जमेल तेच काम देईन, त्याला त्रास होऊ देणार नाही.'

सन १९८१ ते १९८६ या माझ्या सरपंचपदाच्या काळात ग्रामपंचायतीची वसुली शंभर टक्के होती. लोकांचाही फार विश्वास वाढला. सदस्य रघुमामा आमले, अर्जुन मल्हारी रोहोकले, उपसरपंच बाबाजी सबाजी चेमटे यांचं यासाठी फारच सहकार्य मिळालं. १९८६ ला ग्रामपंचायतीची मुदत संपून निवडणूक लागली. मी नवीन पॅनेल उभं केलं. नेतृत्व बबनराव पाटलांचंच होतं. नवीन सहकारी उभे केले. निवडणूक झाली आणि आमचे सर्व अकरा सदस्य निवडून आले. गावानं माझ्यावर पूर्ण विश्वास

ठेवून नवीन जबाबदारी पुन्हा टाकली. या पॅनेलमध्ये त्या वेळी संभाजी रोहोकले सर, नानासाहेब रोहोकले, गंगाधर भानदास रोहोकले, सुलतानभाई शेख आणि जुने सहकारी बाबाजी चेमटे होते. यानंतर माझी सरपंचपदी पुन्हा बिनविरोध निवड झाली.

मी पारनेर सहकारी साखर कारखान्याचा १९९५ ते २००० या काळात संचालक होतो. त्या काळात सॉ. गुलाबराव शेळके साहेब चेअरमन होते, तर मार्तंडनाना पठारे व्हाईस चेअरमन होते. त्यामुळे शेळके साहेबांच्या बरोबर मला कारखान्यात काम करण्याची संधी मिळाली. साहेबांचं राहणं अत्यंत साधं आणि स्वभाव सरळ होता. साहेब तेव्हापासून शेवटपर्यंत महानगर को-ऑपरेटिव्ह बँकेचेही चेअरमन होते. या काळात परिसरातल्या लोकांच्या बँक कर्ज प्रकरणात साहेबांनी मला सहकार्य केलं.

मी एका सर्वसामान्य कुटुंबातला असूनही आणि मला कुठलाही राजकीय वारसा नसताना अतिशय अवघड असलेलं सरपंचपद दहा ते अकरा वर्षं मला उपभोगायला मिळालं आणि कामातूनच मी पुढं मोठा झालो. सरपंचपदी काम करत असताना गावात पहिल्यांदा नळाद्वारे पाणी देण्याचं काम मी केलं. भाळवणी तलावाजवळ विहीर खोदून पाणी आणलं. या कामी त्यावेळेचे आमदार नंदकुमार झावरे पाटील यांनी मला चांगलं सहकार्य केलं. गावात गटार योजना केली. कर फेरआकारणी करून ग्रामपंचायतीचं उत्पन्न वाढवलं. जनावरांच्या बाजारावर कर बसवला. त्या काळात वसंतराव झावरे पाटील हे सभापती होते. मी विरोधी असूनही त्यांनी ग्रामपंचायतीस चांगलं सहकार्य केलं. भाळवणीस प्राथमिक आरोग्य केंद्र मी खूप प्रयत्न करून मंजूर करून आणलं. या कामी मला तेव्हाचे जि. प. सदस्य मार्तंडनाना पठारे यांनी विशेष सहकार्य केलं.

गावातली भांडणं गावातच मिटवणं, लोकांना रोजगार हमीचं काम मिळवून देणं, सर्व वाड्या जोडणारे सर्व रस्ते, गावातील रस्त्यावर मुरूम टाकणं ही कामं मी प्राधान्यानं केली. हे सर्व करत असताना हायस्कूलचा विकास करण्याकडंही लक्ष दिलं. सरपंचपदाच्या काळात मी सकाळी आठ वाजता नेमानं ग्रामपंचायतमध्ये जाऊन अकरा वाजेपर्यंत दररोज गावचा कारभार पाहायचो. सोमवारी ठरल्याप्रमाणं सकाळी अकरानंतर पारनेरला जाऊन नागरिकांच्या कामात त्यांना मदत करायचो. दर मंगळवारी जिल्हा परिषद आणि कलेक्टर कचेरी, नगर या ठिकाणी जाऊन विकास कामं मंजूर करून आणायची, असा माझा दिनक्रम होता. याशिवाय घरकुले, बेघर लोकांना सरकारी जागा मिळवून दिली. मला सर्वाधिक समाधान एखाद्या गरीब माणसाचं काम आपल्या प्रयत्नानं झाल्यावर व्हायचं त्यातच मी फार आनंद मानायचो. मी सरपंचपदी काम करत असताना मला घरचं आणि शेतीचं काम बघायला वेळ मिळाला नाही; पण शेतीची जबाबदारी ही आमची आई, बंधू प्रभाकर आणि कुटुंबातल्या इतर सर्वांनी चांगली सांभाळून मला समाजसेवेसाठी पूर्ण वेळ दिला. माझ्या दोन मुली आणि एक

मुलगा तसंच भावाची एक मुलगी मंगल आणि मुलं अभिजीत, दिलीप आणि संदीप यांची शिक्षणाची जबाबदारी नगरला शिकायला असताना बंधू मधुकर आणि भावजय मंदाकिनी यांनी फारच चांगली सांभाळली. दोन पुतणे, मुलगा, दोन-तीन मुले, पुतणी सर्व पदवीधर आहेत यांचं सर्व श्रेय मधुकरचं आहे.

पंचायत समितीमध्ये मी एकमेव विरोधी गटाचा नेता असल्यानं माझा विशेष दबदबा वाढला. मी विरोध करू नये म्हणून गणेश शेळके, सुदाम पवार, बेलकर शेठ, निलेश लंके माझ्याशी फारच प्रेमानं वागले. मीही थोडी झलक दाखवायचो; पण फार कधी ताणलं नाही. या काळात महाजन, काळे आणि पवार हे बीडीओ होते. त्यांनी आणि इतर सर्व पंचायत समिती अधिकाऱ्यांनी मला विकास कामात चांगलं सहकार्य केलं. या काळात प्रत्येक सदस्याला आपापल्या गणात काम करण्यासाठी दरवर्षी सुमारे सात लाख रुपये निधी मिळायचा. त्या निधीतून मी काळकूपचा रस्ता, कदम वस्ती मुरमीकरण, वनकुटे येथील तुकाई मंदिर घाटरस्ता, भाळवणी जवळ एक सिडीवर्क आणि वनकुटे दोन, ठाकरवाडी तीन, पळशी एक, ढवळपुरी फकीर बाबा दर्गा एक, सुतारवाडी एक, कोंडीबाची ठाकरवाडी एक, यमुनाबाई ठाकरवाडी एक, हेमलाचा तांडा एक, पवारवाडी एक, कुटेवाडी एक, भनगडेवाडी एक, जामगाव एक, भाळवणी एक अशा ठिकाणी एकूण चाळीस हायमॅक्स लँप बसवले. मुलींना सायकली वाटप, शिलाई मशीन वाटप आणि इतर साहित्य गावातल्या लोकांना मिळवून दिलं. आदिवासी विकास योजनेमधून मी राजुरीला जाऊन पाईप आणि इतर साहित्य एक ट्रक भरून आणून वनकुटे ग्रामस्थांना वाटून दिलं. अडीच वर्षांनी सभापती बदलले आणि गणेश शेळके बिनविरोध सभापती झाले. या वेळीही मी सभापतीपदाचा अर्ज भरला. उपसभापतीपदी डॉ. शिरोळे यांनी फॉर्म भरला होता. आम्ही दोघांनीही माघार घेतली. कारण आमची एक सदस्य अनिता आढाव मतदानाच्या आधी पळून गेली होती. त्यामुळे माघार घेतली; परंतु थोडा अंदाज चुकला. सेनेमध्ये दोन गट पडले होते. आम्ही माघार घेतली नसती, तर एका गटाने मतदान केले असते; परंतु अंदाज आला नाही. शिवाय श्रेष्ठींचे सहकार्यही नव्हते. त्यामुळे सभापतीपदाची संधी जवळ येऊन हुकली. पुढे अडीच वर्षे शेळके सभापतीपदी असताना त्यांनीही चांगलं सहकार्य केलं. एकंदरीत पंचायत समिती सदस्याचा माझा काळ चांगला गेला.

ग्रामपंचायतीच्या कामात नानासाहेब रोहोकले यांनीही मला सतत मदत केली. पंचायत समितीच्या निवडणुकीलाही उमेदवारी मिळण्यापासून ते निवडून येईपर्यंत नानासाहेब जिद्दीनं माझ्याबरोबर होते. याशिवाय गावातील सर्व कार्यकर्त्यांनी मला पंचायत समितीच्या निवडणुकीत मदत करून माझ्या प्रचारात सक्रिय सहभाग घेतला. पंचायत समितीच्या निवडणुकीत माझे जावई पोपटराव कुंडलिक आणि संजय नांगरे

आठ दिवस काम सोडून प्रचारात फिरले. सुपेकर दाजी, माझे बंधू मधुकर, प्रभाकर आणि संपत, तसेच माझ्या मुली आणि सर्व कुटुंब दहा ते बारा दिवस प्रचारात सहभागी झाले होते. सन २०१७ मध्ये माझी पंचायत समिती पदाची मुदत संपली. मग मी फारसा राजकारणात आता वैयक्तिक भाग घ्यायचा नाही असं ठरवलं. मी राजकारण करत असतानाही शेतीकडं आणि हॉटेलकडं दुर्लक्ष होऊ दिलं नाही. सुमारे सतरा ते अठरा वर्षांपासून आम्ही सर्व भाऊ विभक्त असून शेतीचे कायदेशीर वाटप करून घेतलं आहे. आजही सर्वांचे संबंध सलोख्याचे आहेत. भांडणतंटा नाही, वेगळे निघाल्यापासून मात्र माझ्यावर शेतीची जबाबदारी पडली आहे, तर बंधू प्रभाकर सर्व प्रकारे मदत करतो आणि माझा मुलगा अभिजित हॉटेल सांभाळतो.

माझ्या आजारपणात माझी पत्नी शांताबाई माझ्या औषधपाण्याची, खाण्यापिण्याची सर्व कामं जबाबदारीने पार पाडते. तसेच माझे बंधू, मुली, जावई, पुतणे, पुतण्या, नातवंडे सर्व जण माझी काळजी घेतात. आजही मला माझे सर्व कुटुंब एकत्र आहे असंच वाटतं. कारण कुटुंबातील सर्व सदस्य माझा पूर्वीप्रमाणंच आदर आणि मानसन्मान करतात. त्यामुळं मी घेतलेले कष्ट सार्थकी लागल्याचं आज समाधान वाटतं. कुटुंबातल्या सर्वांनी टिकवलेले संस्कार आणि केलेली प्रगती पाहून मनोमन आनंद होत असून अभिमानही वाटतो. शरीर थकलं असलं, तरी जीवन जगताना या सर्वांकडे पाहून दररोज नवीन ऊर्जा मिळते. अशा या उतारवयात आपली काळजी घेणारी एखादी तरी जवळची व्यक्ती सोबत असावी असं वाटतं. माझ्यासाठी तर कुटुंबातले सर्वच सदस्य सदैव तत्परतेनं, आपुलकीनं सोबत येतातच; परंतु माझ्या गावातले ग्रामस्थदेखील मला मदत करण्यासाठी आतुर असतात. माझ्या आयुष्यात मी केलेल्या कामांच्या माध्यमातून मला माणसं जोडता आली. ते सर्वच माझी कवचकुंडलं बनून माझी साथसोबत करतात, हे माझं भाग्य आहे आणि हीच माझ्या यशस्वी जीवनाची गुरुकिल्ली आहे. हे भाग्य प्रत्येकाच्या नशिबी यावे आणि त्यासाठी आपणही गरजूंची मदत करावी. गोरगरिबांची सेवा करावी. स्वतःचा प्रपंच जरूर करावा; परंतु त्याच वेळी थोडासा त्याग करावा. प्रामाणिकपणे जीवन जगावं, आचार विचार शुद्ध असावा. गरिबांचे प्रश्न सोडवण्यास वेळ द्यावा आणि स्वतःच्या उतारवयात आपली साथसोबत करण्यासाठी हक्काची कवचकुंडलं स्वतःच निर्माण करावीत, असं नम्र आवाहन मी सर्व युवकांना करू इच्छितो.

भाळवणी गाव आणि परिसरातील इतर गावांसाठी जी काही थोडीफार विकासाची कामं माझ्या हातून झाली. त्यासाठी तालुक्यातले माजी आमदार स्व. बाबासाहेब ठुबे, माजी आमदार स्व. वसंतराव झावरे पाटील, माजी आमदार स्व. सॉ. गुलाबराव शेळकेसाहेब, माजी आमदार मा. नंदकुमार झावरे, माजी आमदार मा. विजयराव

औटी, मा. खासदार निलेशजी लंके, माजी आमदार स्व. दादापाटील शेळके, माजी खासदार स्व. शंकरराव काळे, माजी खासदार स्व. बाळासाहेब विखे-पाटील या सर्वांचे मी मनापासून आभार मानतो. तसंच जवळपास चाळीस-पन्नास वर्षांपासून माझ्यावर मनापासून नि:स्वार्थी प्रेम करणारे माझे शेतकरी बांधव, सर्व कष्टकरी कामगार, सर्व दूध उत्पादक, नोकरदार या सर्वांचा मी ऋणी आहे. आपलं उदंड प्रेम असंच मला जीवनाच्या अंतिम श्वासापर्यंत मिळत राहो, अशी अपेक्षा व्यक्त करून माझं मनोगत पूर्ण करतो.

आपणा सर्वांचा हक्काचा भाऊ,

– गंगाराम भाऊ रोहोकले

माजी सरपंच, माजी पंचायत समिती सदस्य,

माजी संचालक, पारनेर सहकारी साखर कारखाना

शब्दांकन

प्रा. डॉ. नागेश त्रिंबक शेळके

समाजशास्त्र विभाग,

न्यू आर्ट्स, कॉमर्स अँड सायन्स कॉलेज,

अहमदनगर

भावी पिढीसाठी प्रेरणादायी माहितीसंग्रह

सप्रेम नमस्कार,

आमचे बंधू प्रा. सुधाकर रोहोकले आणि प्रा. डॉ नागेश शेळके यांनी आमच्या कुटुंबाविषयी माहिती संकलित करून या पुस्तकात मांडण्याचा प्रयत्न केलेला आहे.

आमचे वडील तीर्थरूप दगडू तात्याबा रोहोकले हे मुंबईमध्ये गिरणी कामगार होते. त्यांचा संपूर्ण जीवनप्रवास म्हणजे आमच्या कुटुंबासाठी एक ऊर्जास्रोत आहे. दादांचे आई-वडील लहानपणीच सोडून गेलेले असताना जगणं किती अवघड असतं हे त्यांच्या जीवन प्रवासातून समजते. आमच्या वडिलांपासून आमच्या नातवांपर्यंतचे सविस्तर विवेचन या पुस्तकात आलेले आहे.

आमचे वडील, त्यांचे चुलते, त्यांची बहीण, मेव्हणे, त्यांचे चुलत भाऊ, चुलत बहीण, त्यांची पहिली पत्नी, त्यांच्या दोन मुली, आमची आई, आमच्या बहिणी, मेव्हणे, आमचे भाऊ, भावजया, मुली, जावई, मुले, पुतणे, सुना, सर्व नातवंडे या सर्वांचा जीवनप्रवास या पुस्तकात वाचायला मिळतो.

एकत्र कुटुंबामध्ये मुला-मुलींची लग्नं जमवणं, योग्य स्थळ शोधणं, खर्चांचं नियोजन करणं हे फार अवघड काम असतं. कारण घरातील मुला-मुलींची संख्या जास्त असते. कर्त्या पुरुषावर स्वतःच्या तसंच भावा-बहिणींच्या मुलांसाठीदेखील स्थळ शोधण्याची जबाबदारी असते. स्थळ शोधण्यात चूक झाली, तर पुढं एकत्र कुटुंबात गैरसमज निर्माण होतात आणि कुटुंब वेगळं होण्यास एवढं कारण पुरेसं ठरतं. आमच्या कुटुंबात मोठ्या दोन बहिणींचे विवाह आई-वडिलांनीच पार पाडले; परंतु पुढं आमच्या वडिलांची वृद्धापकाळात दृष्टी कमी झाली आणि बालवयातच आमचे मोठे बंधू गंगाराम भाऊ यांनी नंतरच्या तीन बहिणींसाठी आमचे मामा गेणू पाटील जपे यांच्या मदतीनं योग्य स्थळं शोधून त्यांची लग्नं लावून दिली. आम्ही तेव्हा लहान

असल्यामुळं आम्हाला ते आठवतही नाही. नंतरच्या काळात आम्हा चार बंधूंसाठी स्थळ शोधणं, आमच्या मुला-मुलींसाठी स्थळ शोधणं, मग लग्न व्यवस्थित पार पाडणं या सर्व जबाबदाऱ्या भाऊंनीच स्वतःवर घेतल्या आणि त्यामुळेच आज सर्व जण सुखासमाधानाने संसार करत आहेत; परंतु गरिबी आणि आर्थिक चणचण असताना कर्ज काढून आम्हा बंधूंचं शिक्षण आणि लग्नसमारंभ पार पाडण्यात आमचे ज्येष्ठ बंधू गंगाराम भाऊ आणि प्रभाकर नाना यांचा त्याग विसरून चालणार नाही. त्यांच्या कर्तृत्वासमोर कायम नतमस्तक होणं हाच खरा मनुष्यधर्म आणि योग्य संस्कार आहे, असं मला वाटतं.

आमचे धाकटे बंधू प्रा. सुधाकर यांनी आमचे मोठे बंधू गंगाराम भाऊ, त्यांचा जीवनप्रवास, राजकारण, सर्व योग्य पद्धतीने मांडण्याचा प्रयत्न केला आहे. प्रत्येक कुटुंबात किरकोळ मतभेद नक्कीच असतात. किंबहुना आपले विचार सर्वांना मान्य होतीलच असंही नाही; परंतु तरीही आम्ही सर्व बंधू, बहिणी, मुलं, सुना, जावई, मुली या सर्वांनी एकमेकांत प्रेमाचे-जिव्हाळ्याचे संबंध ठेवण्याचा प्रयत्न केला आहे.

आमच्या कुटुंबाविषयीचा हा माहितीसंग्रह आमच्या कुटुंबातल्या पुढच्या पिढीसह इतरांनाही नक्कीच प्रेरणादायी ठरेल, असं मला वाटतं.

- मधुकरराव द. रोहोकले
उद्योजक, अहमदनगर

जीवनाची शिकवण देणारं कुटुंब

खरं तर साहित्याला कोणत्याही पदवीची आवश्यकता नसते. मात्र बहुतांश वेळा कला शाखेतील वर्ग साहित्याकडे वळताना दिसतो. इथं मात्र वाणिज्य शाखेत आकडेमोड करता करता साहित्याचं समीकरण जमणं कौतुकास्पद आहे.

प्रा. सुधाकर दगडू रोहोकले यांनी आपल्या वडिलांपासून सर्व कुटुंबीयांचं चित्र रेखाटलं आहे. ते इतक्या समर्थ शब्दांत रेखाटलं आहे, की त्याचं चलचित्र डोळ्यांसमोर उभं राहातं. हे चलचित्र प्रत्येकाला जीवनाची शिकवण देणारं आहे. सरांचे वडील दगडू तात्या यांनी प्रत्येक संकटाला संधी मानून त्यावर मात केली. विपरीत परिस्थितीत न डगमगता ताठ मानेनं उभं राहून ठामपणे त्याला तोंड देणं आवश्यक आहे, हे दाखवून दिलं. कोवळ्या वयात आईवडिलांची साथ सुटल्यावर हनुमान मंदिरात दादांच्या स्वभावातील निरागसता स्पष्ट होते. कोणत्याही विपदेतून ठामपणे उभं राहण्याची जिद्द दिसते.

सरांची आई पार्वतीबाई ही धर्मनिरपेक्ष होती, अन्नपूर्णा होती. संपूर्ण गावाची 'मोठी आई' होती. त्यांनी घरातील सर्वांवर संस्कार केले. आपल्या पुतण्याला केवळ शब्दांनी दारू सोडण्यास भाग पाडलं. फणसाच्या गऱ्याप्रमाणं काळीज असलेल्या; पण अत्यंत करारी स्वभावाच्या पार्वतीबाईंनी सर्व घराला संस्कारित केलं. त्या घराचा वासा बनल्या.

दगडू तात्यांचा पहिला पुत्र गंगाराम भाऊ यांचा उल्लेख सर 'कर्तव्याचा महामेरू' असा करतात. ते मनाने अतिशय मोठे होते. 'मी एकटा शिकण्यापेक्षा माझ्या पाठची भावंडं शिकली पाहिजेत,' या त्यांच्या निर्णयानं भावंडं शिकली.

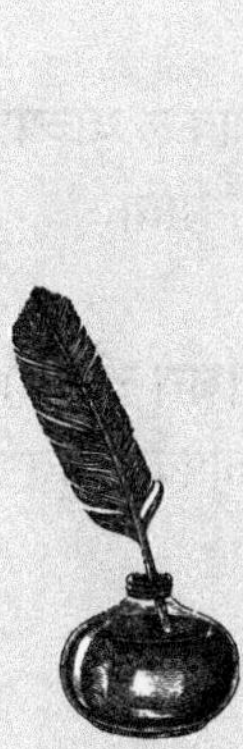

भाऊंच्या सहचारिणी शांता वहिनी आणि प्रभाकर नानांच्या सहचारिणी कमल वहिनी या सासरी आलेल्या माउलींनी सासरचे संस्कार तर बाणलेच; पण मूळचे माहेरचे संस्कारही त्यांच्यात तेवढेच दिसतात. रोहोकले घरातील सर्व स्त्रियांना समजून घेतल्यावर एक उक्ती आठवते. ती अशी,

नका समजू तिला अबला
नारी शक्ती आहे ती
पुरुषाला जन्म देणारी सहनशक्ती आहे ती!

गंगाराम भाऊंनंतरचे प्रभाकर नाना, वडिलांचे अनेक गुण अंगी बाणणारे. सच्चेपणा, कुटुंबाचा पोषणकर्ता, इतरांना सहजी न जमणारे संघटन कौशल्य अशा अनेक गुणांचे मिश्रण त्यांच्यात आढळते.

मधुकर अण्णांना सर 'संस्कार पुरुष' मानतात. अढळ आणि भक्कम संस्कारांनी पाया मजबूत झाल्यामुळं 'शेतकरी ते उद्योजक' या पायऱ्या सर करणारे अण्णा!

प्रा. सुधाकर बापू - या पुस्तकाचे लेखक, आपल्या वडिलांच्या आणि ज्येष्ठ भावांच्या संस्कारानं घडलेले. कोवळ्या वयात जिद्दीनं पोहायला शिकणं यात त्यांचा स्वत:विषयीचा आत्मविश्वास डोकावतो. आपल्या शिक्षणाचा भार पालकांवर पडू नये म्हणून त्यांनी लहान वयातच मुकादमाचं काम स्वीकारलं. किती उच्च विचारसरणी आहे. नाहीतर आजची मुलं पालकांना विचारतात, 'तुम्ही आमच्यासाठी काय केलं?' अन्यायाला प्रतिकार झालाच पाहिजे, या विचारसरणीतून दिसतं की त्यांना अन्याय सहन होत नाही. ज्येष्ठांप्रती प्रेम आणि आदर ही आजकाल क्वचितच दिसणारी वृत्ती त्यांच्या अंगी दिसते.

शिक्षणात रस नसणारे संपतदादा; परंतु ती कसर त्यांनी शेतीची कामं कुशलतेनं करून भरून काढली. संपूर्ण कुटुंबाचा आधारवड असलेल्या दगडूदादांची पुढची पिढी सरपंच, ग्रामपंचायत समिती सदस्य, उद्योजक, प्राध्यापक, आदर्श शेतकरी म्हणून निपजली. दादांची सर्व नातवंडं उच्चशिक्षित आहेत. केवळ उच्चशिक्षितच नाही, तर संस्कारितही आहेत. या जीवनपटावरून एक नक्कीच मानलं पाहिजे,

रात भर का है मेहमान अंधेरा
किसके रोके रुका है सवेरा!

मानवाच्या जीवनात रात्रीनंतर सकाळ ही होतेच. मी प्रा. सुधाकर रोहोकले यांच्या सर्व कुटुंबीयांचं अभीष्टचिंतन करते. हा प्रगतीचा वसा त्यांनी असाच पुढं न्यावा.

– अनिता यशवंत चौधरी
सेवानिवृत्त प्राध्यापिका, मुंबई

भाऊ : सामाजिक जाणीव असलेला आदर्श नेता

'गंगाराम दगडू रोहोकले' ऊर्फ 'भाऊ' हे नाव माझ्यासाठी सतत सकारात्मक ऊर्जा देणारं नाव आहे. भाऊंचं नाव मला शाळकरी वयापासून परिचित होतं. कारण माझा जन्म ज्या 'भाळवणी' गावात झाला, त्या गावचे भाऊ सरपंच होते. आमचं कुटुंब शेतकरी असल्यामुळं राजकारण आणि आमचा कधीच संबंध आला नाही; शिवाय माझं संपूर्ण शिक्षण शेजारच्या गावात झाल्यामुळं भाळवणी गावाबरोबर माझा खूप कमी संबंध येत असे. मळ्यात घर असल्यामुळं दररोज गावात जाणंही शक्य नव्हतं; परंतु माझे आजोबा दत्तात्रय गणपत रोहोकले (भाऊतात्या) आणि भाऊ यांचे खूप घनिष्ठ संबंध होते. खूप जिव्हाळा होता. त्यामुळं प्रत्येक प्रसंगी भाऊतात्याशी चर्चा करण्यासाठी भाऊ मळ्यात यायचे. तसंच भाऊतात्यांचा मुलगा आणि माझे मामा शंकर रोहोकले (बाप्पू) आणि भाऊ वर्गमित्र होते. त्यांची मैत्री जिवलग असल्यानं भाऊ पहिले बाप्पूमामांच्या घरी यायचे. त्यांच्या बोलण्यामध्ये कायम आत्मीयता आणि आस्था असायची.

भाऊ गावचे सरपंच होते; परंतु त्याचा आविर्भाव भाऊच्या चेहऱ्यावर कधीच दिसला नाही. माझे वडील त्रिंबक शेळके हे पूर्णवेळ शेती करणारे आणि अतिशय साधेपणानं राहणारे होते. त्यांचा आणि राजकारणाचा दूरपर्यंत संबंध नव्हता; परंतु भाऊ त्यांची कायम आस्थेनं चौकशी करायचे. शेतीविषयी माहिती विचारायचे. शेतीविषयक योजनांविषयी चर्चा करायचे. त्यांच्या मनात इतरांसाठी कायम आदर होता.

एवढा मोठा माणूस आपल्या वडिलांबरोबर, आजोबांबरोबर किती आपुलकीनं बोलतो, याचं मला नेहमी अप्रूप वाटायचं. भाऊ मळ्यात आले, की आम्ही त्यांच्यापाशी जाऊन बसायचो. मळ्यातले खूप लोक त्यांच्याकडे अडचणी घेऊन यायचे. भाऊ त्या अतिशय गंभीरपणे ऐकून त्यावर

उपाय सुचवत. शेतीच्या बांधावरून दोन भावांमधलं भांडण असेल, कुणाची मुलगी किंवा सून नांदत नसेल तर दोन्ही पक्षांबरोबर बोलणं, पाण्याचा प्रश्न, रस्त्याचा प्रश्न अशा बऱ्याच प्रश्नांवर भाऊ अनेक मार्गांनी बोलत आणि त्या समस्या कौशल्यानं मिटवत. भाऊंचा शांत स्वभाव एका विशाल समुद्रासारखा वाटायचा. गावातल्या सर्वांशी समानतेनं वागणारे भाऊ कोणताही प्रश्न खूप काळजीपूर्वक आणि शांतपणे, कोणावरही अन्याय होणार नाही या पद्धतीनं सोडवत. भाऊंना गावातल्या प्रत्येकाची नावं तोंडपाठ असायची. मळ्यातल्या लहानांपासून थोरांपर्यंत सर्व जण भाऊंचा आदर करायचे. याचं कारण म्हणजे भाऊंचा स्वभाव.

गंगाराम भाऊ खऱ्या अर्थानं गांधीजींच्या विचारांचे पाइक होते. त्यांचं राहणीमान तर साधं होतंच; पण गावामध्येही त्यांना कधीच कुणाशी उद्धटपणे बोलताना आम्ही कधी पाहिलं नाही. भाऊंनी सामंजस्यानं, समायोजन साधून गावाचा कारभार केला. गांधीजींच्या विचारानं चालणारं व्यक्तिमत्त्व म्हणून माझ्या मनात त्यांच्याविषयी कायमच आदराची भावना आहे. भाऊंच्या कुटुंबातल्या सर्व सदस्यांच्या मनमिळाऊ स्वभावाचं रहस्य त्यांच्या मातोश्री पारुबाई तथा बाईआजी यांच्या संस्कारांत आहे. त्यांचा जावई झाल्यानंतर भाऊंचा आणि माझा घनिष्ठ संबंध आला. खरं तर त्यांच्या शांत आणि संयमी स्वभावामुळं भाऊंच्याबाबतीत अगोदरच खूप सकारात्मक होतो. माझ्या विवाहानंतर भाऊ माझ्यासाठी आदर्श व्यक्तिमत्त्व झालं. कारण त्यांचा जावई झाल्यानंतरही त्यांच्या वागण्यामध्ये फरक जाणवला नाही. त्यांच्याबरोबर बोलताना नेहमी नव्या विषयांची माहिती मिळायची. ते जितके कणखरपणे गाव सांभाळत होते, तितक्याच संयमानं नातीही सांभाळत होते. आम्ही सर्व एकत्र जमलो, की सरपंच म्हणून आणि इतर अनेक राजकीय पदांवर कार्यरत असताना आलेले अनेक अनुभव भाऊ त्यांच्या विनोदी शैलीत सांगत असत. भाऊंनी राजकारण आणि कुटुंब कधीच एकत्र केलं नाही. त्यांनी कुटुंबातल्या प्रत्येक सदस्याला स्वतंत्र जीवन आणि विचार जोपासण्याचा अधिकार दिला. त्यामुळं कुटुंबातला प्रत्येक सदस्य आज समर्थपणे आपलं अस्तित्व टिकवून आहे.

भाऊ कुटुंबात मोठे होते. त्यांनी त्यांच्या चारही भावंडांना तळहाताच्या फोडाप्रमाणं सांभाळलं. ते वयाच्या साठीपर्यंत एकत्र कुटुंबात राहिले. म्हणूनच भाऊंचं कुटुंब हे पंचक्रोशीत 'आदर्श कुटुंब' म्हणून ओळखलं जातं.

– प्रा. डॉ. पंढरीनाथ त्रिंबक शेळके
प्राध्यापक व विभाग प्रमुख,
समाजशास्त्र विभाग,
न्यू आर्ट्स, कॉमर्स अँड सायन्स कॉलेज, अहमदनगर

खडकातलं कमळ

समाजकारण आणि राजकारणाची आजकाल फारकत झालेली दिसते. पैशातून सत्ता आणि सत्तेतून पैसा असा राजकीय नेत्यांचा मूलमंत्र सुदृढ लोकशाहीला मारक ठरू पाहतो आहे. अवर्षणप्रवण पारनेर तालुक्यातील भाळवणी गावात खडकावर उगवलेल्या 'गंगाराम' नावाच्या एका कमळाची ही चित्तरकथा. गंगेसारखं स्वच्छ चरित्र आणि चारित्र्य जपत रामराज्याची संकल्पना उराशी बाळगणाऱ्या गंगाराम भाऊंनी आपलं नाव सार्थ ठरवलं आहे. पंचक्रोशीत 'भाऊ' याच नावानं त्यांची ओळख आहे. बालपणातच पितृछत्र हरवल्यानं अकाली प्रौढत्व स्वीकारणारे गंगाराम भाऊ आणि आई पार्वती यांच्यासाठी जणू आभाळ फाटलं होतं. पार्वतीबाईला गाव तिच्या आयुष्याच्या संध्याकाळपर्यंत 'मोठी आई' याच नावानं हाक मारत असे.

पतीच्या निधनानं ती घायाळ झाली होती. व्यवहारी जीवनात तशी ती नवखीच. थोडीफार शेती होती; पण राबणारे हात फक्त तिचेच होते. आपल्या चिल्यापिल्यांसाठी हिंमत गमावून बसणं तिला परवडणारं नव्हतं. कारण तिला स्वतःला सिद्ध करायचं होतं. हाच काळ आपल्या अग्निपरीक्षेचा आहे असं तिनं मनाला बजावलं. फिनिक्स पक्षागत राखेतून जन्म घ्यायचा चंग तिनं बांधला. भूतकाळाला सांधत बसण्यापेक्षा अडचणींच्या महाकाय डोंगराला ती दररोज हिमतीनं टक्कर देऊ लागली.

हळूहळू विशाल डोंगर मागं हटू लागल्याचा भास झाल्यानं तिची हिंमत वाढली. जगात सर्व सोंगे करता येतील; पण पैशाचे सोंग मात्र करता येत नाही, हे तिला पक्कं ठाऊक होतं. गंगाराम भाऊ आईच्या मुशीत घडत होते, आईला एकटीनं लढताना पाहून त्यांचं मन कळवळलं आणि त्यांनी आपल्या बालपणाला रामराम ठोकला.

प्रभाकर या आपल्या पाठच्या भावाच्या हाताला घेऊन आईच्या मार्गदर्शनाखाली भाऊ प्रपंचाचा गाडा आपल्या कोवळ्या खांद्यानं ओढू लागले. प्रभाकरला भाऊंनी परिस्थितीचे गांभीर्य समजावून सांगितलं. प्रभाकरला उपजतच शहाणपण मिळालं होतं. गावाचा संपर्क आला तसा लोक त्याला 'पभा' याच नावानं ओळखू लागले. सर्व काही सुरळीत चालू असतानाच बहात्तरच्या दुष्काळानं सर्वांचाच कणा मोडला होता. 'दिस जाईल, सुख येईल' याच आशेवर आख्खा गाव आला दिवस लोटत होता. दुष्काळाच्या खाईत लोटल्या गेलेल्या आपल्या कुटुंबाला वर काढण्यासाठी भाऊ आणि पभा यांनी रोजगार हमीचा रस्ता धरला. याच काळात भाऊंचा आमदार कॉ. बाबासाहेब ठुबे यांच्याशी परिचय झाला. आमदार बाबासाहेबांच्या विचारांचा त्यांच्यावर चांगलाच पगडा बसला होता. 'स्वतःचं घर कोणीही चालवतं; पण दुसऱ्याचा प्रपंच उभा करण्यात खरा पुरुषार्थ आहे,' अशी साद भाऊंना त्यांच्या आत्म्यानं घातली. गावात विकासाची गंगा आणायची असा चंग त्यांनी बांधला. मेहनत करून कुटुंबाची आर्थिक निकड भागवायची यासाठी भाऊ झटू लागले. पभासुद्धा लक्ष्मणासारखा त्यांच्या पाठीशी उभा राहून भाऊंच्या निर्णयाला मूक संमती देऊ लागला. गावालगत असणाऱ्या शेतीचा काही भाग प्लॉट पाडून विक्रीस काढून येणाऱ्या पैशातून घरातील भावंडांचं शिक्षण आणि लग्न पार पाडलं. सुधाकर या भावाला प्राध्यापक बनवलं, मधुकरला सरकारी नोकरीचा राजीनामा द्यायला सांगून व्यवसायात उभं केलं. अल्पशिक्षित पभा आणि संपत यांना शेती आणि व्यवसायात स्थिरस्थावर केलं.

गावाचं सामाजिक प्रबोधन करण्याची गरज भासू लागल्यानं भाऊंनी कुटुंबाला आधार देत आपला मोर्चा समाजकार्याकडं वळवला. गावातल्या नागेश्वर मंडळात धनदांडग्यांच्या आणि प्रस्थापितांचा समावेश असल्यानं त्यांच्याकडून अपेक्षित सहकार्य मिळणार नाही, हे त्यांनी हेरलं. नानासाहेब रोहोकले, डॉ. सुरेश शिंदे, नंदू रोहोकले, आबा रोहोकले, शिवाजी रोहोकले, रघुमामा आमले, पंढरीनाथ कांगुणे, भाऊसाहेब चेमटे, भाऊसाहेब शिंदे, बबन डावखर, रघुनाथ आंबेडकर अशा मोजक्या सवंगड्यांना सोबत घेत त्यांनी गणेश मंडळाची स्थापना केली. 'सख्खे भाऊ पक्के वैरी', 'रक्तात रंगली कुऱ्हाड' अशा नाटकांतून त्यांनी लोकजागृती करत तत्कालीन व्यवस्थेविरुद्ध रणशिंग फुंकलं; पण समाजप्रबोधन करताना, समाजात अथवा दोन मंडळात स्पर्धा आणि वैमनस्याला यांना थारा मिळणार नाही, याची पुरेपूर दक्षता त्यांनी घेतली.

अन्याय करणाऱ्या शेटजीची त्यांनी नाटकात केलेली भूमिका एवढी गाजली, की काही अजाण लोक त्यांच्याकडे 'शेटजी' म्हणून पाहू लागले. व्यक्तिरेखेचा परिणाम प्रतिमेवर होत असल्याचं लक्षात येताच त्यांनी आपला मोर्चा जनजागृतीच्या इतर साधनांकडे वळवला. समाजप्रबोधनासाठी त्यांनी कलापथक, भारूड, कर्तन,

कलगीतुरा, पोवाडे, भेदिक सादर करणाऱ्या कलाकारांचा आधार घेतला. यांच्यातील प्रामाणिकपणा, नेतृत्वगुण, जिद्द, चिकाटी, धडाडी, वक्तृत्व, परोपकार गुण लक्षात येताच, काही विचारवंतांनी गावाच्या भल्यासाठी त्यांनी गावाचे नेतृत्व करावे असा सल्ला दिला. सल्ला स्वीकारून अंमलात आणणे म्हणजे विस्तवाशी खेळ होता.

समाजकारण करण्यासाठी राजकीय पाठबळाची निकड त्यांना लक्षात आल्यानं त्यांनी जुन्या-नव्यांचा मेळ घालत, अननुभवी आणि अशिक्षित लोकांना बरोबर घेत प्रस्थापितांच्या विरोधात दंड थोपटलं. शांत आणि अबोल असणाऱ्या भाऊंनी दोनदा ग्रामपंचायतीत एकहाती विजयश्री खेचून आणली. शेतकऱ्यांच्या विकासाचा कणा असणाऱ्या सहकारी सोसायटीवर निर्विवाद वर्चस्व मिळवलं. शासकीय योजनांच्या मदतीनं ग्रामविकासाचा धडाका लावला. महिलांच्या डोक्यावरचा हंडा उतरवला. ग्रामपंचायतीमार्फत गाळे बांधून अनेकांना पोटापाण्याला लावले. ग्रामपंचायतीसाठी नूतन आणि दिमाखदार वास्तू बांधली. बाजारतळाचं नूतनीकरण केलं. जलसंधारण, वृक्षारोपण, सुशोभीकरण अशा एक ना अनेक कामांचा शुभारंभ करून त्यांनी त्या पूर्णत्वाकडे नेल्या. त्यांच्या कार्यावर अर्थातच मा. आमदार कॉम्रेड बाबासाहेब ठुबे यांचा प्रभाव होता.

'शिक्षणाला पर्याय नाही,' ही गोष्ट लक्षात येताच भाऊंनी आपला मोर्चा समाजकार्यासह शिक्षणक्षेत्राकडं वळवला. 'महात्मा फुले' या रयत शिक्षण संस्थेच्या माध्यमिक शाळेला आणि जिल्हा परिषदेच्या 'जीवन शिक्षण विद्या मंदिर' या प्राथमिक शाळेला ते मदत करू लागले. शिक्षणाचा दर्जा उंचावण्यासाठी मुख्याध्यापक आणि पालक यांच्यातील ते दुवा बनले. माजी शिक्षण राज्यमंत्री आणि पारनेर विधानसभा मतदार संघाचे माजी आमदार कर्मवीर शंकरराव काळे यांचा सहवास त्यांच्या जीवनाला कलाटणी देणारा ठरला. दोघेही झोकून देऊन गोरगरिबांसाठी अहोरात्र झटणारे त्यामुळे दोघेही भावनिकदृष्ट्या एकरूप झाले. मा. काळे साहेब रयत शिक्षण संस्थेचे चेअरमन असल्याने भाऊंनी गाव आणि परिसरातील आपला भाऊ वगळता अनेक होतकरू तरुणांना रयतमध्ये नोकरीची संधी मिळवून दिली, तर काहींसाठी सॉ. गुलाबराव शेळके यांना सांगून मुंबईमध्ये बँक आणि पारनेर सहकारी कारखान्याचे दरवाजे उघडे केले. जिल्हा परिषद आणि पंचायत समितीमध्ये एक इमानदार कार्यकर्ता अशी त्यांची ओळख बनली. गावातील तरुणांच्या नोकरीचा प्रश्न काही अंशी त्यांनी सोडवला, तेही कुणालाही लाच न देता! 'जे विकतं तेच पिकवावं' या न्यायानं ते दहावी-बारावी उत्तीर्ण झालेले विद्यार्थी आणि पालक यांची बैठक घेत आणि त्यांना डीएडचं महत्त्व पटवून देत. संपूर्ण महाराष्ट्रात असणाऱ्या विविध अध्यापक विद्यालयात त्यांनी गावातील मुलामुलींना पाठवून 'शिक्षक पुरवणारं गाव' असा लौकिक गावाला मिळून दिला. स्त्री

शिक्षणाला न्याय देण्यासाठी अनेक पालकांशी त्यांनी संवाद साधला आणि त्यांना त्यात यशसुद्धा मिळालं. गावातील अंगणवाडीच्या समस्या सोडवण्यात त्यांनी हिरिरीने पुढाकार घेतला.

धवलक्रांती आणि हरितक्रांतीचा गावागावात आविष्कार व्हावा यासाठी त्यांनी सॉ. गुलाबराव शेळके यांची मदत घेऊन गावातल्या असंख्य शेतकऱ्यांना विनासायास कर्ज मिळवून दिलं. अनेक बेरोजगारांना मदत आणि मार्गदर्शन करून त्यांची प्रपंच उभे केले. जवाहर योजनेंतर्गत अनेकांना मोफत विहिरी मिळवून दिल्या. 'इंदिरा आवास योजने'तून बेघर असणाऱ्यांना घरं मिळवून दिली. केंद्र सरकारच्या 'श्रावणबाळ योजने'तून असंख्य वयोवृद्धांना म्हातारपणात हात दिला. तरुणांसाठी तालमीचे नूतनीकरण करत अत्याधुनिक सामग्री पुरवली. काही धुरिणांना पतसंस्था उभ्या करायला सांगून खासगी सावकारांचं कंबरडं मोडलं. धवलक्रांतीचा आविष्कार करत त्यांनी गावात 'दूध संकलन केंद्र' सुरू केलं. ऊर्जितावस्थेत येताच सदर संस्था त्यांनी आपल्या साथीदाराकडं सोपवली.

सत्तेचा मोह त्यांना कधीच पडला नाही. नानासाहेब रोहोकले या आपल्याच सवंगड्याला पंचायत समितीसाठी अपक्ष उभं करून दगाफटका होणार नाही, याची काळजी घेत जिंकून आणलं. आता मात्र तत्कालीन नेत्यांना भाऊंची भीती वाटू लागली होती. त्यांनी गावातील काही लोभी आणि महत्त्वाकांक्षी तरुणांना पुढे करत भाऊंच्या सत्तेला सुरुंग लावून त्यांच्या कार्याचा गाडा भाळवणी गावाच्या वेशीतच रोखायचा असा चंग बांधला. 'चांगल्या रस्त्यालाच स्पीड ब्रेकर असतात' या न्यायानं भाऊंच्या सत्तेलाच काहींनी आव्हान दिलं. मुरलेल्या भाऊंनी त्यांना असा काही धोबीपछाड दिला की काही कळायच्या आतच त्यांची पाठ जमिनीला टेकली होती. पुढं मा. आमदार नंदकुमार झावरे, मा. वसंतराव झावरे आणि मा. गुलाबराव शेळके यांनी भाऊंना विकास कार्यात अनमोल मदत केली. मा. खासदार शरद पवारसाहेब यांनी त्यांच्या कार्याची दखल घेत त्यांना राष्ट्रवादी काँग्रेसमध्ये येण्याचा आग्रह केला. भाऊ दोनदा पंचायत समिती सदस्य बनले. एकदा तर त्यांना दुसऱ्या गणातून उभं केलं; पण इथंही त्यांनी घसघशीत फरकानं विजय मिळवला. पुढं चालून त्यांनी पारनेर सहकारी साखर कारखान्यात संचालक पदाची निवडणूक जिंकली. राजकारणात त्यांनी अनेकांना संधी देऊन मोठं केलं. विविध पदांवर काम करताना त्यांनी आपली छाप सोडली; पण लोक त्यांना ओळखतात ते 'माजी सरपंच' याच नावानं. गावात खूप माजी सरपंच असतानाही बिरुदावली केवळ त्यांनाच मिळाली.

राजकारण भाऊंचा पिंड नसल्यानं त्यांनी स्वेच्छेनं त्या क्षेत्राचा निरोप घेत मार्गदर्शकाची भूमिका स्वीकारली; पण राजकारणातील स्थित्यंतरं त्यांना रुचली

नाहीत. लोभाचं राजकारण त्यांना मान्य नसल्यानं त्यांनी मैलाचा दगड होणं पसंत केलं. शेक्सपिअरच्या 'द टेम्पेस्ट' या नाटकातील जादुगारासारखं 'धडाकेबाज' या लोकप्रिय मराठी चित्रपटात 'गंगाराम' नावाचं पात्र अवलिया कलाकार लक्ष्मीकांत बेर्डे यांनी साकारलं आहे. या चित्रपटात गंगाराम हाती रेतीची जादू असेपर्यंत सर्वांच्या इच्छा पूर्ण करतो. रेती संपताच सर्वांना धडाकेबाज होण्याचा सल्ला देऊन आपल्या कार्याला निघून जातो. तो 'गंगाराम' हाच तर नसेल ना? अशी भाबडी शंका माझ्या मनाला चाटून गेली. गंगाराम भाऊंनी दिलेली पाचशे रुपयांची नोट आर्थिक अडचण असतानाही मरेपर्यंत न मोडणारी त्यांची सावत्र बहीण आणि त्यांच्या आजारपणात दीर्घायुष्य मागताना 'हे परमेश्वरा माझं उर्वरित आयुष्य माझ्या भावाला दे' असं आर्जव करणारी त्यांची दुसरी बहीण कुटुंबातील त्यांचं स्थान अधोरेखित करतात. अखेर परमेश्वरानं बहिणीची आर्त हाक ऐकली. भाऊंना बरं वाटलं आणि ठणठणीत बहिणीनं अखेरचा निरोप घेतला. भाऊंच्या कार्यात अब्बास तांबोळी, सुलतानभाई शेख, इब्राहीमचाचा यांसारख्या असंख्य लोकांची मदत झाली. 'गोरगरिबांचे प्रपंच उद्‌ध्वस्त करून मला श्रीमंत व्हायचं नाही' या भाऊंच्या उक्तीला मनाचा मुजरा करून, जागेअभावी माझा शब्दप्रपंच इथंच थांबवतो.

- प्रा. बाळासाहेब रोहोकले

स्वच्छ चारित्र्याचा ग्रामीण नेता

ग्रामीण जनतेशी एकरूप झालेले, जीवनभर आपल्या चारित्र्यावर कुठलाही डाग पडू न देणारे, बहुजनांच्या अडीअडचणी समजून घेऊन त्यावर उपाय शोधून मार्ग काढणारे, लोकांचे सुख-दुःख हेच आपले सुख-दुःख मानणारे, भाऊ या नावाने तालुक्यात प्रसिद्ध असलेले भाळवणी गावचे सुपुत्र म्हणजे गंगाराम रोहोकले! साधं पांढरं धोतर, तीन गुंड्याचा पांढरा शर्ट, डोक्यावर टोपी, स्वच्छ कपड्याप्रमाणं निर्मळ मन असलेलं भाऊंचं व्यक्तिमत्त्व जीवनभर माझ्यावर प्रभाव टाकत आलं आहे.

भाऊंचा आणि माझा परिचय १९८३ मध्ये झाला. छोट्या-मोठ्या सरकारी कामांची ठेकेदारी करत असल्यामुळं मी भाळवणीत राहत होतो. नगरला डाव्या पक्षांच्या विद्यार्थी चळवळीत काम केलेलं असल्यामुळं मला लोकसंग्रहाची आवड होती. भाऊंचे वडील लवकर गेल्यामुळं, त्यात भाऊ थोरले असल्यामुळं त्यांच्या कुटुंबाची जबाबदारी येऊन पडली होती; परंतु ती सांभाळली. त्याच काळात समाजसेवेचं व्रत घेतल्यामुळं भाळवणी गावाच्या संपूर्ण परिसरावर प्रभाव असलेले आणि लोकांच्या मनात आदराचं स्थान असलेले कॉ. नाना पाटील यांच्या नेतृत्वाखाली शेतकऱ्यांच्या-कष्टकऱ्यांच्या कम्युनिस्ट पक्षात भाऊंनी प्रवेश करून आपल्या कामाला सुरुवात केली. कॉ. भास्करराव औटी आणि कॉ. बाबासाहेब ठुबे यांच्या नेतृत्वाखाली भाऊंनी अनेक आंदोलनात भाग घेतला. रोजगार हमीची कामं मिळाली पाहिजेत. दुष्काळ जाहीर झाला पाहिजे. या मागण्यांसाठी त्यांनी तीव्र आंदोलन केलं. एकदा तर महसूल खात्याच्या कमिशनर राज्याध्यक्षांची गाडी भाऊच्या नेतृत्वाखाली भाळवणी गावामध्ये पारनेर तालुका दुष्काळी तालुका जाहीर करा म्हणून कॉ. धोंडीभाऊ खरमाळे, कॉ. दत्तू

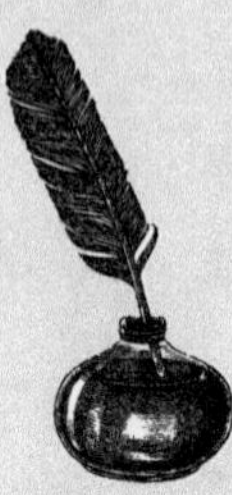

भाऊ रोहोकले, कॉ. लकडे यांच्यासह आंदोलकांनी गाडी अडवली होती. कुकडीचं पाणी पारनेर तालुक्याला मिळावं म्हणून पारनेर तहसील कचेरीवर मोठा मोर्चा काढला होता.

कॉ. नाना पाटील मोठ्या विश्वासानं म्हणत, 'माझ्या समाजसेवेची भाळवणी परिसरातील गादी गंगाराम समर्थपणे चालवेल.' तो विश्वास भाऊंनी सार्थ करून दाखवला. कॉम्रेड बबनराव पाटील यांच्या नेतृत्वाखाली ग्रामपंचायत निवडणूक लढवली. बबन पाटलांच्या विरुद्ध सख्खे भाऊ मुरलीधर रोहोकलेंचं पॅनेल मुरलीधरदादाचं गावावर चांगल्यापैकी वजन होतं; परंतु भाऊंचं पॅनेल निवडून येऊन ते सरपंच झाले. त्या वेळी भाऊंनी अतिशय संयमानं परिस्थिती हाताळली होती.

भाऊंनी ग्रामपंचायतीचा कारभार चांगला केला. त्यांच्या काळात भाळवणी गावाला नळ योजना आणता आली. त्याचा आजही त्यांना अभिमान आहे. भाऊंना नाट्यकलेची आवड होती. म्हणून त्यांनी 'गणेश नाट्य मंडळा'ची स्थापना केली. तसंच स्वतः नाटकात भाग घेतला. त्यांचं पहिलं नाटक शिवा रामोशी होतं. त्यात त्यांनी मारवाडी सावकाराची भूमिका केली होती. ती फार गाजली. त्या नाटकाला देवी भोयरे इथल्या नाट्य स्पर्धेत बक्षीस मिळालं होतं. त्यांच्याबरोबर नाटकात छबू भागवत, किसन बोरुडे, डॉ. शिंदे, तात्या भोसले इत्यादींनी कामं केली आहेत. भाऊंनी त्यांच्या जीवनात गरीब, कष्टकरी आणि शेतकऱ्यातच देव पाहिला आणि त्यांची त्यांनी मनोभावे सेवा केली.

नसे राउळी वा नसे मंदिरी, जिथे राबती हात तेथे हरी!
मानवतेचे गंभीर मंदिर माझे, आत लावल्या ज्ञानज्योती,
श्रमिक हो घ्या इथे विश्रांती ज्ञान दिल्याने ज्ञान वाढते!

मला तर भाऊ सामान्यातील असामान्य देव माणूस वाटतात. निःस्वार्थी लोकहित साधणाऱ्या ग्राम सुधारणेचा ध्यास घेतलेले, एकत्र कुटुंबातील जबाबदारी सांभाळून आपल्या चारित्र्यावर कुठलाही डाग लावू न देता सतत गोरगरिबांची सेवा करणारे, कनवाळू वृत्तीनं सेवा करणारे दीपस्तंभ म्हणजे भाऊ होय.

कुठलाही गाजावाजा न करता भाऊंनी आमदार नंदकुमार झावरे यांच्या मार्गदर्शनाखाली वडगाव आमली इथं तत्कालीन मंत्री अशोक चव्हाण यांच्या हस्ते काँग्रेस प्रवेश करून काँग्रेसमध्ये पक्षाचं काम करू लागले. ते पुढं पारनेर कारखान्याचे संचालक झाले. त्यांच्या अबोल स्वभावामुळं आणि जनतेच्या कामाप्रती निष्ठा असल्यामुळं चेअरमन गुलाबराव शेळके यांचे ते विश्वासू सहकारी बनले. त्यांच्या काळात छोटे-मोठे बंधारे झाले. कारखान्याच्या सहकार्यानं मुळा धरणातून वनकुट्यातली मोठी लिफ्ट झाली. तसंच पोखरी कारखान्याजवळ लोणी मावळा इथं

लिफ्ट योजना झाल्या.

आमदार वसंतराव झावरे यांच्या सान्निध्यात आल्यावर प्रथम नाना रोहोकले यांना पंचायत समितीवर निवडून आणण्यात सिंहाचा वाटा उचलला. त्यानंतर ते वसंतराव यांच्या गळ्यातील ताईत बनले. पुढे ते स्वतः पंचायत समितीवर निवडून आले. त्यांनी आपल्या कार्याचा ठसा उमटवला. भाऊंनी आपल्या समाजसेवेतील वाटेवरील काटे वेचत गेले. त्या काट्यांना फुले मानून आपले मार्गक्रमण केले. गावातल्या विविध कार्यकारी सोसायट्यांमध्ये दहा वर्षं चेअरमन आणि वीस वर्षं संचालक राहिले. त्यांच्या चेअरमनपदाच्या काळात प्रथमच शेतकऱ्यांना कांदा पिकाला कर्ज मिळालं.

भाऊंना कवी सुरेश भटांच्या दोन ओळी लागू पडतात. त्या अशा,

रंगुनी रंगात साऱ्या रंग माझा वेगळा
गुंतुनी गुंत्यात साऱ्या पाय माझा मोकळा

भाऊंनी विविध संस्थांमध्ये काम करून कामाचा ठसा उमटवून आपलं वेगळेपण सिद्ध केलं. रयत शिक्षण संस्थेच्या भाळवणी इथल्या महात्मा फुले विद्यालयात स्थानिक व्यवस्थापन समितीत काम करत असताना विद्यालयात आपलं योगदान देऊन शाळेला दिशा देण्याचं काम केलं. खरं तर एक प्रकारे कर्मवीर भाऊराव पाटील यांचं कार्य बहुजनापर्यंत नेलं.

नागेश्वर मंदिराचं जिर्णोधाराचं काम कै. बबनराव भिकाजी ऊर्फ नाना बबन कारभारी रोहोकले यांच्याबरोबर खांद्याला खांदा लावून केलं. लोकात जाऊन वर्गणी गोळा केली. प्रसंगी मुंबईलाही जाऊन देणगी गोळा केली. भाऊंनी आपल्या कामात आनंद शोधला आणि दुसऱ्यांनापण दिला.

आनंदाचे डोही आनंद तरंग
आनंदाचि अंग आनंदाची!

भाऊंचा स्वभाव मितभाषी आहे. मोजकंच बोलून समोरच्यावर प्रभाव टाकण्यात ते निपुण आहेत. राजकारणात ते व्यक्तिगत टीका टाळतात. त्यामुळं नात्यात त्यांनी कधीही कटुता येऊ दिली नाही. राजकारण करताना माजी सभापती केरूभाऊ रोहोकले यांच्या विरोधात बऱ्याच वेळा ते असले तरी त्यानी मैत्रीत कधी कटुता येऊ दिली नाही. प्रसंगी एकत्र येऊन गावाच्या हिताचे निर्णय घेण्यात पुढाकार घेतला. त्यांनी काही वेळा स्थानिक निवडणुका बिनविरोध केल्या. त्यांच्या मनमिळाऊ स्वभावामुळं कालचे विरोधक आजचे मित्र बनत मुरलीदादा रोहोकले, सुलतान भाई शेख, संभाजी रोहोकले, बी. आर. रोहोकले यांच्याशी ते मिळतंजुळतं घेऊन मैत्रीचं नातं जपत असतात. नवरा बायकोची भांडणं, बांधावरून असलेली भांडणं, दलित समाजाच्या समस्या अशा प्रकारची कामं घेऊन आसपासच्या गावचे लोक येत, तेव्हा भाऊ त्यांच्या परीनं त्या

समस्या सोडवण्याचं काम करत. त्या कामी त्यांची आई त्यांना बऱ्याच वेळा मदत करत असे. आमदार वसंतराव झावरे यांच्याबरोबर त्यांची नाळ अतिशय चांगली जुळली होती. त्यामुळं वसंतराव बऱ्याच गोष्टींवर भाऊंचा सल्ला घेत. गुलाबराव शेळके यांच्या संबंधाचा उपयोग करून शेतकऱ्यांना महानगर बँकेकडून कर्ज देऊन भाऊंनी गायी घेऊन दिल्या. त्यामुळं शेतकऱ्यांना दुधाचा व्यवसाय करता आला.

शंकरराव काळे यांच्या खासदारकीसाठीचा प्रचार भाऊंनी तन-मन-धनानं केला. काळेसाहेबांनीही भाऊंवर प्रेम केलं. भाऊंनी सांगितलेलं काम काळेसाहेब टाळत नसत. देशाचे नेते शरदचंद्रजी पवारसाहेब यांना आपले ते आजही आदर्श मानतात. त्यांच्या विचारांचं भाऊ राजकारण करत आहेत. सध्या ते आजारी असले तरी स्मरणशक्ती चांगली असून इच्छाशक्तीच्या जोरावर ते आजारावर मात करत आहेत. माजी आमदार दादाभाऊ कळमकर यांच्याशी त्यांचा चांगला स्नेह जुळलेला आहे. दादा त्यांना कायम भेटायला येतात. खासदार निलेश लंकेसाहेब यांच्याबद्दलही भाऊंना फार आपुलकी आहे.

गावातल्या जुन्याजाणत्या कारभारी मंडळीत कै. बबनराव कारभारी रोहोकले, पिराभाऊ रोहोकले, अर्जुन तरटे, विष्णू कारभारी रोहोकले, बबन भिकाजी रोहोकले, दगडू कपाळे यांच्याबरोबर गावाच्या हिताच्या कामात भाऊ भाग घेत असतात.

मी नगरला नगरपालिकेला उभा होतो. मोठी अटीतटीची निवडणूक होती. भाऊंनी नगरला येऊन माझा प्रचार केला होता. मला निवडून आणण्यात खारीचा का होईना वाटा उचलला होता. असे बहुआयामी व्यक्ती म्हणजे भाऊ. निष्कपट, निष्कलंक साधी राहणी, आपल्या विचारसरणीवर ठाम, गोरगरीब जनतेप्रती आपुलकी असणारा सामान्यातला असामान्य नेता म्हणजे भाऊ आम्हाला दीपस्तंभप्रमाणं मार्गदर्शन करत राहोत हीच इच्छा! भाऊंना त्यांचे सर्व भाऊ, पुतणे, नातू, मुली, जावई फार मोठ्या मायेनं जपत आहेत. त्याबाबत भाऊ खरंच पुण्यवान आहेत. त्यांचा पुतण्या चिरंजीव संदीप भाऊंचा वारसा पुढे नेत आहे ही चांगली गोष्ट आहे. तुकारामाच्या अभंगाच्या दोन ओळी लिहून माझे शब्द संपवतो.

अमृताची वेली अमृता फळे तैसेची होई बीजांचे

– ज्ञानदेव पांडुळे
माजी नगरसेवक,
जनरल बॉडी सदस्य,
रयत शिक्षण संस्था, सातारा

प्रस्तावना

माणूस किती जगला यापेक्षा तो कसा जगला याला महत्त्व असतं, असं म्हटलं जातं. रोहोकले परिवाराची यशोगाथा वाचताना जगद्गुरु श्री संत तुकाराम महाराजांच्या 'शुद्ध बीजापोटी फळे रसाळ गोमटी' या सद्विचारांची आठवण झाल्याशिवाय राहत नाही.

मित्रवर्य - बंधूतुल्य प्रा. सुधाकर रोहोकले सर यांना आपल्या एकत्रित परिवारासंबंधी लिहावं असं का वाटत होतं याचं कोडं मला त्यांनी लिहिलेल्या हस्तलिखिताचं क्रमशः वाचन करत गेलो तसं तसं लक्षात येत गेलं. समाजात दुर्मीळ होत चाललेला कुटुंबातला एकोपा, अखंडता, एकमेकांविषयी निष्ठा, आदरभाव, मूल्य-परंपरांची जपणूक, स्वाभिमान, निःस्वार्थ भाव, कृतज्ञता, उदारता इत्यादी जीवनमूल्यांची होत गेलेली पडझड यादृष्टीनं नीतिवंत आधारवड दगडूदादा आणि मायेचा सागर असणारी मोठी आई - पार्वती यांचा आदर्श नजरेसमोर ठेवून 'कर्तव्याचा महामेरू' ठरलेले गंगाराम भाऊ यांच्या जीवनाची पाऊलवाट आजच्या काळात आदर्श आणि आधारभूत ठरणारीच वाटू लागली.

आजच्या विज्ञान युगात मानवानं आपल्या शारीरिक आणि भौतिक सुखासाठी सर्व काही मिळवण्याचा प्रयत्न केला; परंतु तो भावनिक सुखाच्या दृष्टीनं उपाशीच राहिला आणि राहत आहे. संकट काळात, अडचणीच्या काळात कुटुंबात 'घाबरतो काय? तुझ्याबरोबर मी आहे ना!' हे आश्वासक बोल दुर्मीळ होत चालल्यामुळं माणसाजवळ सर्व काही असूनदेखील तो असमाधानी आणि अतृप्त असल्याचं आढळून येतं. अशा वेळी रोहोकले परिवारासारख्या परिवाराचं मोल अधिक ठळक होत जातं आणि जीवनमूल्यांची झालेली पडझड अधोरेखित होते.

प्रा. सुधाकर रोहोकले सरांनी लिहिलेल्या या यशोगाथेत

एकूण दहा व्यक्तिमत्त्वं - प्रकरणांचा समावेश असून ती जणू काही समृद्ध जीवन जगण्यासाठीची 'दशपदी'च आहे, असं म्हणावंसं वाटतं. ही दहाही व्यक्तिचित्रणं कौटुंबिक जीवन जगताना वेगवेगळा संदेश देऊन जातात आणि 'वसुधैव कुटुंबकम्'ची जाणीव दृढ करणारी ठरतात.

'एकमेकां साहाय्य करू, अवघे धरू सुपंथ' या मूलमंत्रानं झपाटून जाऊन या कुटुंबातले सदस्य एकमेकांसाठी आजही तितक्याच निःस्वार्थ भावनेने एकत्र येतात आणि अडीअडचणींवर मात करतात. हेच या कुटुंबाच्या यशाचं गमक आहे. 'पैसा श्रेष्ठ आहे; परंतु पैशानंच सर्वकाही साध्य आहे - शक्य आहे, हे मात्र असत्य आहे', याची जाणीव ही चरित्रवजा यशोगाथा पुस्तक करून देते.

आजही कुटुंबातल्या प्रत्येक सदस्याकडे कमी-जास्त स्वरूपात स्थावर-जंगम मालमत्ता, भौतिक सोयी-सुविधा असल्या, तरी भावी पिढ्यांवर योग्य संस्कार व्हावेत, त्यांची जपणूक व्हावी यासाठीची थोरामोठ्यांची धडपड यातून लक्षात येते. एकमेकांची विचारपूस करणं, एकाच धाग्यात फुलांची गुंफण करून फुलांची सुंदर माळ करून एकसंधता जपणं मोलाचं वाटतं. 'कर्तव्याचा महामेरू' असणारे गंगाराम भाऊ यांची ही फुलं गुंफण्याची निःस्वार्थ वृत्ती पाहून रोहोकले परिवाराची यशोगाथा अधिक शोभनीय ठरून समाजमान्य लौकिकास पात्र ठरते.

यशोगाथा कथन करताना प्रा. सुधाकर रोहोकले सर यांनी कुठंही अहंता, आत्मप्रौढी किंवा आत्मस्तुती करण्याचा प्रयत्न केलेला नाही. जे सुख-दुःखाच्या धाग्यांनी विणलेलं जीवनवस्त्र आहे, त्याला प्रसंगी भरजरी करण्याचा त्यांचा प्रयत्न नक्कीच प्रशंसनीय आणि स्तुत्य आहे. ओढावलेल्या परिस्थितीचं कथन करताना संकोच आढळत नाही किंवा तक्रारींचा सूरही दिसून येत नाही. सहानुभूती मिळवण्याचा केविलवाणा प्रयत्नही आढळत नाही. कुटुंबातल्या सदस्यांबद्दल सांगताना आपपरभावाचा लवलेशही जाणवत नाही; तर नातेसंबंधांतली गुंफण कथन करताना नातलगांच्याही जिवनाचं सूक्ष्म निरीक्षण आणि त्यांच्या संवेदनशील मनाचं दर्शन झाल्याशिवाय राहत नाही. फक्त रोहोकले परिवारापुरतं सीमित न राहता या परिवाराची यशोगाथा यशोशिखरावर पोहोचवण्यासाठीची सामाजिक, धार्मिक, नातेवाईक धाग्यांची ही कामगिरी कशी मोलाची आहे तेही सांगण्यास ते विसरत नाहीत. कुटुंबसंस्था अबाधित राहण्यासाठी तळमळ, एकता, अखंडता, सोशिकपणा, उदारता, संयम आणि त्यागी वृत्तीची किती आवश्यकता असते, याबद्दल समाजासाठी आणि भावी पिढ्यांसाठी हे पुस्तक सामाजिक दस्तावेज ठरेल, यात शंकाच नाही.

'नीतिवंत आधारवड दगडूदादा' यांचा जीवनपट वाचून वाचकांचं मन हेलावून गेल्याशिवाय राहत नाही. बालपणातच आई-वडिलांचं छत्र हरवलेल्या दगडूदादांचा

जिजाबाई या त्यांच्या बहिणीनं आणि बहिणीचे पती बाळाजी डोंगरे-पाटील यांनी स्वतःच्या मुलाप्रमाणं केलेला सांभाळ दगडूदादांच्या जीवनात लाखमोलाचाच नव्हे, तर पुनर्जन्माइतकाच महत्त्वाचा ठरतो. कष्टाळू आणि जिद्दी स्वभावाच्या दादांमध्ये भावकीत जाऊन चांगलं काम करून दाखवण्याची धमक निर्माण झाली आणि आपले काका रामबाबा यांच्या मदतीनं ते मुंबईत गेले. त्यांचा हा प्रवास वाचकांना खिळवून ठेवतो. मुंबईत असताना दगडूदादांनी आणि गावी असलेल्या गंगाराम भाऊंनी शेती व्यवसायात चांगलाच जम बसवला. स्वतःचं करता करता इतरांनाही मदत करणं ही निःस्वार्थ वृत्ती असल्यानं मुंबईतल्या नोकरी-चाकरीच्या मदतीनं गावी असलेल्या गंगाराम भाऊंना मदत करून 'भाळवणी' गावामध्ये प्रमुख व्यक्तींच्या मांदियाळीत नाव मिळवणं खरं जिद्दीचं वाटू लागतं.

गंगाराम आणि दगडूदादा चुलत भाऊ असूनही सख्ख्या भावांप्रमाणं त्यांच्यात प्रेम होतं. म्हणूनच गावच्या प्रमुख पंचांमध्ये त्यांची गणना होऊ लागणं, हा या चुलत; पण सख्ख्या ठरलेल्या दोन्ही भावांचा जीवनप्रवास थक्क करणारा वाटतो. त्या काळात मुंबईतून सागाचं लाकूड आणून बारा खणांचा ऐटबाज वाडा बांधून 'टेकडीवरचा दगडूभाऊ' असा नावलौकिक प्राप्त करणारे दादा नक्कीच कष्टाळू स्वभावामुळं आदरास पात्र ठरतात. मुंबईत पत्नी पार्वती आणि दादा, तर गावी असणारे गंगाराम आणि त्यांच्या पत्नी रेऊबाई यांचं सांसारिक जीवन लेखक अक्षरशः नजरेसमोर उभं करतो.

गावचे पहिलवान आणि गंगाराम, नाथाजी यांच्यात निर्माण झालेला वैरभाव आणि त्यातून मारामाऱ्या, खून इथपर्यंत निर्माण झालेलं भीषण संकट याचं रोमांचकारी वर्णन वाचताना आणि दादांचा मावसभाऊ नाथाजी यांना वाचवण्यासाठी दादांनी प्राणांची पर्वा न करता केलेला प्रयत्न नातेसंबंध कसे असावेत याची आदर्श शिकवण देणारा ठरतो. या सर्व गुंतागुंतीतून दादा आणि पत्नी पार्वती यांच्या सांसारिक जीवनास लागलेला सुरुंग आणि त्यातून कोलमडून गेलेला त्यांचा संसार यांचं विदारक वर्णन वाचताना वाचकांचं काळीज पिळवटून गेल्याशिवाय राहत नाही.

पत्नी पार्वती यांनी याच ताणतणावाच्या दरम्यान दुसरी कन्या जना आणि प्रथम कन्या गंगू यांना दादांच्या स्वाधीन करून इहलोकीची यात्रा संपवून अनंतात विलीन होणं, हे दादांच्या सांसारिक जीवनातलं संकट, दादांना मुंबई सोडायला लावतं. त्यांना गावी जाण्यावाचून पर्याय उरत नाही. गावी दादांचा दुसरा विवाह होऊन संसारवेलीचं बहरलेलं चित्रण लेखकाने तितक्याच जिव्हाळ्यानं आणि आशादायी वृत्तीनं केलं असून आज बहरलेल्या, वटवृक्ष ठरलेल्या रोहोकले परिवाराचा मूळ आधारस्तंभ दगडूदादा यांच्या जीवनाचा प्रवास म्हणूनच चित्तवेधक आणि हृदयस्पर्शी वाटतो.

'मायेचा सागर मोठी आई - पार्वती आई' जरी अंधश्रद्धाळू असली, जुन्या विचारांची असली तरी तिची अपत्यांप्रती, कुटुंबाप्रती असलेली तळमळ, जिव्हाळा, आत्मीयता दिसून येते. सार्वजनिक जीवनातलं, भाऊबंदातलं तिचं मानाचं-सन्मानाचं स्थान, प्रत्येकांच्या शुभ-अशुभ कार्यातला तिचा लक्षणीय सहभाग नक्कीच स्तुत्य आणि प्रशंसनीय होता. म्हणून तर कौटुंबिक आणि सार्वजनिक जीवनात तिला 'मोठी आई' ही उपाधी प्राप्त झाली. तिच्या स्वभावातला निर्मळपणा, स्पष्टपणा, सत्य वृत्तीचं समर्थन करणारी तिची वृत्ती, राग आला तरी तो तात्पुरता अशा वृत्तीची ही 'मोठी आई' रागीट, स्पष्टवक्ती, दैववादी असली तरी प्रेमळ, सात्त्विक आणि न्यायी स्वभावाची असल्यानं रोहोकले परिवाराबरोबरच सार्वजनिक जीवनात नेतृत्वपदापर्यंत पोहोचणारी ती व्यक्ती ठरते. कदाचित त्यातूनच नेतृत्वपदाची धुरा सांभाळून 'कर्तव्याचा महामेरू' ठरलेली गंगाराम भाऊ ही हस्ती पार्वती आईच्या संस्कार शिदोरीनं समाजास योगदान देऊ शकली, असं म्हटल्यास अतिशयोक्ती ठरू नये.

कुटुंबातले ज्येष्ठ बंधू गंगाराम भाऊ यांना लेखक 'कर्तव्याचा महामेरू' म्हणतात. यावरूनच रोहोकले परिवारातली गंगाराम भाऊंची आधारस्तंभाची भूमिका लक्षात येते. गंगाराम भाऊ यांचा जन्म, पिता दगडूदादा आणि माता पार्वतीबरोबरच इतरही नातेवाईकांनी परमेश्वराकडे आर्जव-विनंती, व्रतवैकल्यं, उपास-तापास, नवस-सायास करून झाल्यामुळं गंगाराम भाऊंच्या जन्मानंतर झालेला आनंद आणि उत्सवी वातावरणाचं लेखकानं छान वर्णन केलं आहे.

गंगाराम भाऊंची शालेय जीवनातली कर्तबगारी आणि हुशारी वाचून वाचकांना गंगाराम भाऊंच्या जीवनपटाबद्दल अधिक जाणून घ्यावंसं वाटेल, असा त्यांचा जीवनपट वाचताना नजरेसमोर उभा राहतो. वडील दगडूदादांच्या शिरावरचं संसाराच्या जबाबदारीचं ओझं आपल्या खांद्यावर घेणं आवश्यक वाटल्यानं शालेय जीवनाच्या संस्कारांबरोबरच सुखद, रमणीय मार्ग त्यागून कोवळ्या वयातच गंगाराम भाऊंनी संसारात लक्ष घातलं. ही त्यांच्या विचारांची प्रगल्भता सिद्ध करणारी वैचारिक भूमिका दिसून येते. माता-पिता यांच्याबरोबरीनंच गंगाराम भाऊंनी सावत्र बहिणींबद्दलही प्रेमळ नातेसंबंध ठेवले. आपल्यापेक्षा लहान भावंडांप्रती जबाबदारीची भूमिका पार पाडणं यावरून त्यांचं कर्तृत्व दिसून येतं.

सन १९७२च्या दुष्काळाचं वर्णन आणि त्यातून कुटुंबाच्या उपजिविकेसाठी गंगाराम भाऊंचा संघर्ष, तसंच त्यातून झालेला त्यांच्या राजकीय व्यक्तिमत्त्वाचा उदय, 'शेतकरी व कष्टकऱ्यांचा नेता' अशी गावात ओळख निर्माण होणं असा जीवनप्रवास नक्कीच प्रेरणा देणारा ठरतो. सामाजिक-राजकीय क्षेत्रात गंगाराम भाऊंचं बहरत गेलेलं जीवन आणि ज्यांच्या सहवासात-संगतीत भाऊंना मोलाची साथ मिळाली,

त्यांचा नामोल्लेख करायला लेखक विसरले नाहीत. राजकीय क्षेत्रात झोकून दिल्यानं सांसारिक जीवनाकडे होणारं दुर्लक्ष, बंधू प्रभाकर नानांनी आपली जबाबदारी मानून दिलेली मोलाची साथ दुर्लक्षिता येत नाही. पुढं इतर भावंडं वयानं मोठी होत गेली आणि गंगाराम भाऊंच्या हाताला साथ लाभून शारीरिक दुखण्याच्या तक्रारी वाढल्या, तरी मौल्यवान मानसिक मनोबलाची साथ लाभत गेली.

ग्रामपंचायतीचे सरपंच, विविध कार्यकारी सोसायट्यांमध्ये दीर्घकाळ सदस्य, तालुका सहकारी साखर कारखान्याचे संचालक-चेअरमन या पदांबरोबरच कम्युनिस्ट पार्टीतलं योगदान, नगर जिल्हा राष्ट्रवादी काँग्रेसचे अध्यक्ष, रयत शिक्षण संस्था, महात्मा फुले विद्यालयात स्कूल कमिटी सदस्य या पदांच्या माध्यमातून समाजकारण-राजकारण करण्याची संधी लाभून कौटुंबिक जीवनाबरोबरच सामाजिक जीवनात मानाचं स्थान निर्माण करणारे गंगाराम भाऊ म्हणूनच लेखकाला 'कर्तव्याचा महामेरू' वाटू लागतात.

भाऊंबद्दल ते कृतार्थतेनं लिहितात, 'आमचा भाऊ आमचे विद्यालय, भाऊच आमचे ग्रंथालय, तेच आमचे न्यायालय आणि तेच आमचे देवालय!' यावरूनच गंगाराम भाऊंचं कर्तृत्व, नेतृत्व, श्रेष्ठत्व आणि दातृत्वही स्पष्ट होतं; म्हणूनच त्यांचं व्यक्तिमत्त्व सामान्यांपेक्षा असामान्य वाटू लागतं आणि ते वंदनीय ठरतात.

लेखक 'सोशिक सहचारिणी - शांता वहिनी व कमल वहिनी' यांच्याविषयी कृतज्ञता व्यक्त करायला विसरत नाहीत. एकत्रित कुटुंबातलं त्यांचं योगदान आणि कुटुंबातल्या सदस्यांप्रती असलेला त्यांचा जिव्हाळा, प्रसंगी स्वतःकडे दुर्लक्ष करून कुटुंबाचं रहाटगाडगं सुरळीत, जोमानं चालावं यासाठीची त्यांची धडपड म्हणूनच मौलिक वाटते. कुटुंबातल्या सर्वांची मुलं-मुली शिक्षित व्हावीत, कुटुंबातल्या सदस्यांना सुखी, आनंदी जीवनाचा अनुभव घेता यावा यासाठीची त्यांची त्यागीवृत्ती दुर्लक्षून चालत नाही. म्हणूनच लेखक या दोन्ही वहिनींचं कार्य ठळकपणे मांडताना म्हणतात, "यशस्विता ही कोणाच्या तरी त्यागातून आणि कष्टातून मिळते. माणसाचे पाय नेहमी जमिनीवर असावेत. यशाचा आनंद जरूर असावा; परंतु त्यात उन्माद नसावा. उगवत्या सूर्याला नमस्कार करत असताना मावळत्या चंद्रानं अंधारात दिलेली शीतलता विसरू नये."

हे विचार अंतःकारणाचा ठाव घेतल्याशिवाय राहत नाहीत आणि या दोघींचं कार्य एकत्र कुटुंबासाठी एखाद्या व्यक्तीचं कार्य कसं असावं याचा आदर्शपाठच ठरतं.

'पारदर्शी पोषणकर्ता - प्रभाकर नाना' यांच्याबद्दल सांगताना मात्र लेखक अपराधी भावना व्यक्त करतात. शाळेपासून, शिक्षणापासून दूर गेलेल्या प्रभाकर नानांबद्दल ते म्हणतात, "शाळेत हुशार असणाऱ्या नानांनी गुरुजींनी दिलेल्या शिक्षेचा राग मनात

ठेवून शाळेत जाण्यासाठी नकार दिला आणि संसाराचा राबता भार त्यांच्या शिरावर कधी येऊन पडला ते कळलंच नाही. हा शारीरिक श्रमाचा, शेती कसण्याचा कार्यभार त्यांनी स्वीकारला आणि त्यात ते 'आदर्श'ही ठरले."

यातून प्रभाकर नानांचा कार्याप्रती असणारा व्रतस्थभाव व्यक्त झाला आहे. जनावरांमुळं गोठा गोकुळाप्रमाणे शोभून दिसणं, मुरमाड आणि उताराची जमीन सपाट करून बंदिस्त करणं आणि या अतिश्रमानं छाती - बरगड्यांमध्ये असह्य वेदना होणं हे वाचताना नानांच्या कार्याप्रती लेखकाची सहृदयता प्रकट झाल्याशिवाय राहत नाही. अडचणीच्या प्रसंगी नानांच्या हमाल मित्रमंडळातल्या सदस्यांनी दिलेली मोलाची साथ नक्कीच प्रभाकर नानांच्या लोकसंग्रहाची इष्ट प्रचिती दिल्याशिवाय राहत नाही. शेती व्यवसायात पारंगत असलेल्या नानांचे भाऊंच्या राजकारणातले योगदानही दुर्लक्षून चालत नाही. कारण हाही नानांच्या व्यक्तिमत्त्वातला एक महत्त्वाचा पैलू त्यांच्या व्यक्तिमत्त्वाचा मोठेपणा सिद्ध करतो. 'अंगावर आलेला कितीही मोठा असो, त्याला शिंगांवर घ्यायचाच,' ही नानांची वृत्ती म्हणूनच श्रेष्ठ वाटू लागते आणि नानांचं कार्य रामायणातल्या 'राम-लक्ष्मण' या व्यक्तिरेखा नजरेसमोर उभ्या करतं.

'द्रष्टा उद्योजक - मधुकर अण्णा' यांच्याबद्दल सांगताना मधुकर अण्णांचा द्रष्टेपणा मौलिक वाटतो. लहानपणी तब्येत रोडावलेली असतानाही वडिलांची मनोभावे सेवा करणारा आणि 'कमवा व शिका' योजनेत स्वतःबरोबर लहान भाऊ सुधाकर यांना बरोबर घेऊन शाळेतल्या उपक्रमांत सहभागी होऊन बक्षिसं संपादन करणाऱ्या मधुकर अण्णा आणि लेखक यांची शैक्षणिक जीवनातली साथ-सोबत बंधुत्व-मैत्रभावाला उजाळा देणारी वाटते. पुढं प्रामाणिकपणे करत असलेल्या नोकरीत मालकाकडून अपमानित झाल्याने आपलाही व्यवसाय असावा या जिद्दीनं प्रवास सुरू केलेल्या मधुकर अण्णांचा उद्योजकतेचा प्रवास नक्कीच प्रेरणादायी ठरतो.

असे दांडगी इच्छा जयाची, मार्ग तयाला मिळती सत्तर
नजरेमध्ये नजर रोखून, आयुष्याला द्यावे उत्तर ॥

या प्रसिद्ध काव्यपंक्तीप्रमाणे उद्योगप्रवास सुरू ठेवणारे अण्णा आणि त्यांचं चारित्र्यसंपन्न व्यक्तिमत्त्व, अथक परिश्रम, वैयक्तिक लक्ष्य, शेतकरी-ग्राहक-कामगारांबद्दल आपुलकी आणि संकटांना न डगमगता सामोरं जाऊन सातत्य राखण्याचं आवाहन नवउद्योजकांना आदर्शवत ठरतं. म्हणूनच मधुकर अण्णा 'द्रष्टा उद्योजक' या उपाधीस पात्र ठरतात. हा त्यांचा जीवनप्रवास थक्क करणारा आहे. अण्णांना अनमोल साथ देणाऱ्या लेखकांच्या नानी अर्थात मंदा वहिनी यांचीही कुटुंबातल्या सदस्यांना साथ आहे. दिरांना, दिरांच्या लेकरांना-पुतण्यांना एकूणच नातेवाईकांना शिक्षणासाठी तन-मनच नव्हे, तर धनही अर्पून कार्यालय गाठणाऱ्या मंदा वहिनी म्हणूनच व्रतस्थ

मधुकर अण्णांच्या जीवनात योग्य साथीदाराची भूमिका पार पाडण्यात कुठंही कमी पडत नाहीत.

'निष्ठावंत प्रा. सुधाकर बापू' या स्व-चरित्रवजा लेखनात लेखक स्वतःबद्दल मोकळ्या-ढाकळ्या स्वभावानं कथन करतात. अगदी बालवयापासून ते साठी-एकसष्टीपर्यंतचा जीवनानुभव ते मोजक्या आणि वेचक शब्दफुलांनी सजवतात, हे त्यांच्या लेखणीचं कौशल्य म्हणूनच बावनकशी वाटू लागतं.

बालपण-तरुणपणातले नातेवाईक, मित्र-सवंगडी यांच्याबरोबर घडलेले प्रसंग आणि त्यातून जन्मदात्र्या आईची झालेली घालमेल, तळमळ, तिचा राग, द्वेष, प्रेम याचं लेखकानं केलेलं चित्रण वाचून वाचकांचं मन हळवं झाल्याशिवाय राहत नाही. तरुण वय तर माणसाच्या जीवनात 'लाथ मारीन तिथं पाणी काढेन' या वृत्तीनं ओसंडून वाहत असतं. त्यातून घडलेलं असभ्य वर्तन भाऊंना अस्वस्थ करणारं वाटल्यानं तरुण वयातल्या सुधाकर यांना झालेला पश्चात्ताप तरुणांना ज्येष्ठांप्रती आपलं वर्तन कसं असावं याचा जणू आदर्श शिकवतं. तसंच अन्यायाला प्रतिकार करणं यासाठीचा नगरला जातानाचा बस प्रवासातल्या एका तरुणाचा वृद्ध गृहस्थ चेमटेबाबा यांच्याबाबतीत घडलेला प्रसंग असो किंवा गावातल्या एका माजी सैनिकाच्या कपाळे मामांबाबतचा प्रसंग असो, याबाबतीत तरुण सुधाकर यांनी केलेला प्रतिकार हा त्यांच्या आजच्याही स्वभावासंबंधी जणू 'आरसा'च आहे, असं म्हटल्यास अतिशयोक्तीचं ठरणार नाही. हाच आक्रमक स्वभावाचा तरुण बालवयात आईची मोठी बहीण म्हणजे सोनाबाई चेमटे या मावशीचा लाडका असणं, आईची चुलत बहीण केसरबाईनं तसंच आईनं मानलेली बहीण सोनाबाई आहेर यांनी दिलेले पन्नास पैसे किंवा एक रुपया आजही विसरत नाहीत. यावरून त्यांचा कृतज्ञभाव व्यक्त झाल्याशिवाय राहत नाही. याबरोबरच कारखान्याचे स्वर्गीय चेअरमन यांनी सिमेंट संबंधित केलेला गैरव्यवहार असो किंवा मुंबईतल्या वडाळा कॉलेजात बी.एड. पदवी प्रवेशासाठी विश्वासानं दिलेल्या दोन हजार रुपयांबाबत एका प्राध्यापक महाशयांनी केलेली फसवणूक असो या प्रसंगांतून समाजातल्या ठकांच्या गैरवर्तनाची वाचकाला आठवणही करून देतात.

अडचणीच्या काळात मदतीला धावून आलेल्या आप्तस्वकीयांबरोबरच समाजातल्या दातृत्वभाव जपणाऱ्या महनीय व्यक्तींचा आदरभावानं उल्लेख करायला लेखक विसरत नाहीत. आपल्या कुटुंबाच्या जडणघडणीत पत्नी श्रद्धा, दोन्ही कन्या डॉ. प्रियंका आणि डॉ. प्राजक्ता, पुत्रवत जावई डॉ. नितीन यांचंही योगदान अधोरेखित करायला ते विसरत नाहीत. सुधाकर रोहोकले सर यांचा त्यांना प्राणप्रिय नातू राजवीर आणि सर यांचं जिव्हाळ्याचं नातं मी अनेक वेळा प्रत्यक्ष पाहिलेलं आहे.

'उदंड प्रेम देणारी देवमाणसं जीवनात अभावानंच भेटतात. मात्र परमेश्वर त्यांना

योग्य ठिकाणी योग्य वेळी आपले प्रतिनिधी म्हणून पाठवतो आणि त्यांच्या हातून त्याचं कार्य पूर्ण करवून घेतो,' असं सांगून लेखकाने आपल्या लेखनाला पूर्णविराम दिला आहे. यावरून त्यांचा जीवनाकडे पाहण्याचा, समाधानाचा, सौख्याचा आणि समृद्धतेच्या दृष्टिकोनाचा प्रत्यय आणून देतो, असं म्हणावंसं वाटतं.

सर्व भावंडांपैकी सर्वांत लहान संपतदादाही शिक्षणापासून दूर राहिल्यानं त्याच्या जीवनात आलेली थोडीफार उपेक्षा मनाला चटका लावून जाणारी वाटते. संपतदादानं शिक्षण घ्यावं यासाठी आईशी प्रसंगी भांडण करणारे लेखक सुधाकर यांची वृत्ती बंधुप्रेम ठळक करते; परंतु लेखकाच्याच शब्दांत सांगायचं तर, 'काळ कोणासाठी थांबत नाही आणि हातातून निसटलेली वेळ पुन्हा पकडता येत नाही.'

त्याप्रमाणं संपतदादांच्या जीवनाचा प्रवास प्रभाकर नानांच्या शेतीकार्याच्या प्रवासासाठी साथ-सोबतीचा ठरू लागला आणि कुटुंबाच्या शेती व्यवसायाला आणखी बहर येत गेला. संपतदादांच्या जीवनातल्या उपेक्षा-उणिवा दूर व्हाव्यात यासाठी त्यांच्या पत्नी विजया वहिनी आणि त्यांची दोन्ही मुलं घेत असलेले कष्ट दुर्लक्षून चालत नाही. त्यांच्या मुलांनी चांगला व्यवसाय करावा या उद्देशानं नानांकडून झालेले प्रयत्न स्तुत्य वाटतात आणि एकत्रित कुटुंबात सर्वांसाठी स्वतः राबणारे नाना कोणताही भेदभाव न करता स्पष्ट भूमिका घेतात, हा निर्णय आशादायीच नव्हे तर एकत्र कुटुंबासाठीचा मुख्य धागा वाटतो. तसंच धीरज आणि सूरज यांचे प्रयत्न नक्कीच नवनिर्माणासाठी सिद्ध झाल्याचं लक्षात आणून देतात. रोहोकले परिवाराच्या यशोगाथेच्या जडणघडणीत तेही मौल्यवान सहभाग नोंदवतील याची म्हणूनच खात्री पटू लागते.

या पुस्तकातली भाषा साधी, सोपी, सुटसुटीत आणि सामान्य वाचकालाही रुचेल, पचेल, झेपेल अशीच आहे. वाणिज्य शाखेची पदवी-पदव्युत्तर पदवी शिक्षण प्राप्त करूनही, तीन दशकांहून अधिक काळ दिवसरात्र कनिष्ठ महाविद्यालयात वाणिज्य शाखेत अध्यापन करूनही प्रा. सुधाकर रोहोकले सरांचं मातृभाषा मराठीवर असलेलं प्रभुत्व मोहित करणारं आहे. तसंच त्यांच्या आणि माझ्या कार्यक्षेत्रातल्या दीर्घकाळ मित्रत्वाच्या-बंधुत्वाच्या संपर्काद्वारे मी पाहिलेले-अनुभवलेले रोहोकले सर किती अस्खलित मराठी बोलतात. वक्तृत्वासंबंधी असलेली त्यांची विद्वत्ताही दिसून येते. म्हणूनच त्यांनी ही यशोगाथा सुंदर अशा शब्दफुलांनी सजवलेली आहे, शोभनीय केली आहे. जी वाचक वर्गाला भुरळ पाडेल आणि संपूर्ण यशोगाथा वाचून होईपर्यंत वाचक ती हातातून खाली ठेवणार नाहीत, अशी खात्री वाटू लागते.

वृक्ष जर माझी पानं, कळ्या, फुलं, फळं, मुळं, फांद्या, खोड एवढंच आपलं अस्तित्व मानू लागला आणि पाणी, माती, ऊन, सावली, प्रकाश, काळोख, पाऊस, वारा, थंडी, जीव-सजीव इत्यादी घटकांना गौण मानू लागला, तर त्याच्या अस्तित्वाला पूर्णत्व येणं

शक्य नाही. तसंच कुटुंबातही संकुचित विचार करून कुटुंबसंस्थेचा डोलारा अबाधित राहीलच असं नाही. यासाठी दातृत्व, कर्तृत्व आणि नेतृत्व यांचीही आवश्यकता असते, जी रोहोकले सरांनी ठळक केलेली आहे. ज्याची आवश्यकता रोहोकले परिवाराबरोबरच जो जो वाचक हे पुस्तक वाचेल, त्याच्या जीवनात 'मी'ऐवजी 'आपण' ही भावना दृढ झाल्याशिवाय राहणार नाही.

रोहोकले परिवाराच्या या यशोगाथेनं प्रत्येकाचा जीवनप्रवास 'मी'कडून 'आपण'कडे व्हावा, हीच सदिच्छा व्यक्त करतो. धन्यवाद. शुभं भवतु.

जनाईसुत

– **विठ्ठल जनाई महिपती कुसाळे**

लेखक, कवी, सेवानिवृत्त उपमुख्याध्यापक, मुंबई

ऋणनिर्देश

'कर्तव्याचा महामेरू' हे पुस्तक वाचकांच्या हाती देताना आम्ही अतिशय समाधानी आहोत. कारण ही संघर्षगाथा एका एकत्रित हिंदू कुटुंबाची असून हे पुस्तक प्रामुख्यानं आमचे वडील दगडूदादा, आई पार्वती, आम्ही पाच भाऊ, पाच बहिणी आणि पाचही बंधूंच्या सौभाग्यवती या सर्वांनी एकमेकांचे सुख, समाधान, शिक्षण आणि उत्कर्ष यासाठी सोसलेले कष्ट, केलेला त्याग; तसंच सांभाळलेल्या मर्यादा आणि आपल्या वर्तनातून इतरांना दिलेले संस्कार इत्यादींबद्दल माहिती देतं.

लहानग्यांसाठी एकत्र कुटुंब हे सर्वात प्रभावी असं संस्कार केंद्र आहे. एकत्र कुटुंबपद्धतीमुळं लहान मुलांमध्ये नातेसंबंधाबद्दलची ओळख, ओढ, आपुलकी, बंधुभाव, समानता, न्यायप्रियता, नेतृत्व, परस्परांबद्दल प्रेम, समूहामध्ये राहून आनंद मिळवण्याची कला; तसंच समुहासमोर योग्य ते संभाषण करण्याचं कौशल्य, इतरांच्या कामात त्यांना मदत करण्याची सवय, सोशिकपणा, अन्यायाविरुद्ध संघर्ष करण्याचे धैर्य, तसंच वेगवेगळे पारंपरिक व्यवसाय-कला इत्यादी गोष्टी शिकण्यास मिळतात.

विशेष म्हणजे कोणत्याही प्रकारचा खर्च न करता हे सर्व शिक्षण घरातल्या सदस्यांकडून घरच्या घरी मोफत मिळतं. त्यामुळं त्यात विशेष कौशल्यंदेखील आत्मसात करता येतात. जगातल्या कोणत्याही आव्हानाला सामोरं जाताना कुटुंबातले सर्व सदस्य पाठीशी असल्यानं आपलं ध्येय साध्य करण्याचं धैर्य अंगी बळावतं. कुटुंबातल्या ज्येष्ठ सदस्यांच्या आज्ञा पाळण्याची सवय मनाला आणि शरीराला होते. ज्येष्ठांच्या कार्यकुशलतेमुळं मुलं आळशी न होता क्रियाशील, कर्तबगार होतात; शिवाय निर्व्यसनीही राहतात. ज्येष्ठ व्यक्तींबद्दल सन्मानाची, आदर्शाची भावना वृद्धिंगत होते. कौटुंबिक स्नेहबंध बळावतात; तसंच आई-

वडिलांच्या अनुपस्थितीत काका-काकी, आजी-आजोबा इत्यादी नातेवाइकांचं प्रेम मिळतं. त्यामुळं मुलं प्रेमळ, शांत आणि संयमी होतात.

विभक्त कुटुंबातली मुलं एकलकोंडी, चिडचिडी आणि आक्रमक दिसून येतात. एकंदरीत मुलांच्या सर्वांगीण विकासासाठी एकत्र कुटुंबपद्धती हा प्रभावी उपाय आहे; परंतु अलीकडच्या काळात एकत्र कुटुंबव्यवस्थेचा ऱ्हास होत चालला आहे. सुनांना घरात सासू-सासरे नकोसे वाटतात. तसंच लहान मुलांना सांभाळायलाही त्यांना वेळ होत नाही. त्यामुळं मुलांना पाळणाघरात आणि वृद्धांना वृद्धाश्रमात पाठवलं जातं. तथापि अशा मुलांना आणि वृद्धांना जगण्याचा खरा आनंद मिळतो का? हे कुणीही पाहत नाही. मात्र एकत्रित कुटुंबात आई-वडील नसलेल्या मुलांनादेखील कुटुंबातल्या इतर सदस्यांकडून समांतर प्रेम मिळतं. माता-पित्याच्या प्रेमाची उणीव भासू दिली जात नाही. किंबहुना अशा मुलांचं शिक्षण, संगोपन, विवाह आणि त्यांचं अर्थार्जन इथपर्यंतची व्यवस्थादेखील केली जाते. अशा प्रकारचं कर्तव्य पार पाडताना त्यांना आर्थिक मदतही करावी लागते. जीवनातला मौल्यवान वेळ द्यावा लागतो. प्रसंगी विविध प्रकारच्या गोष्टींचा त्याग करावा लागतो. पुढं हीच मुलं संस्कारी झाली, तर ती नंतरच्या पिढीला संक्षमपणे संस्कार देऊ शकतात. ज्यांनी त्यांच्या कठीण प्रसंगी त्यांना सांभाळलं त्यांची काळजी घेऊ शकतात; परंतु काही ठिकाणी वृद्ध व्यक्ती कुटुंबात नकोशा होतात. त्यांचे आजारपण, औषधपाणी, त्यांची स्वच्छता आणि दोन वेळचं जेवण याकडे जाणीवपूर्वक दुर्लक्ष केलं जातं. हल्लीच्या पिढीमध्ये सोशिकपणा, त्यागाची भावना, घरातल्या वयोवृद्धांसाठी काही करण्याची भावना नष्ट होत चालली आहे. तथापि एकत्र कुटुंबात वाढलेली, नात्यांची जाणीव आणि त्याबद्दल प्रेमभाव असलेली बहुतांश तरुण-तरुणी याला अपवाद आहेत.

या पुस्तकातली महत्त्वाची व्यक्तिरेखा म्हणजे आमचे वडील दगडूदादा. त्यांचे वडील ते तीन वर्षांचे असताना स्वर्गवासी झाले, तर ते आठ वर्षांचे असताना आई गेली; परंतु त्यांची बहीण आणि मेव्हणे यांनी त्यांना आधार दिला. त्यानंतर त्यांचे काका रामजीबाबा यांनी त्यांना मुंबईला नेलं आणि नोकरी मिळवून दिली. सुरुवातीच्या काळात स्वतःच्या घरी त्यांची राहण्याची सोय केली. त्यानंतर दगडूदादांनी जी प्रगती केली त्याबाबत सविस्तर कथन या पुस्तकात केलेलं आहे.

दगडूदादांना पंच्याहत्तर वर्षांचं आयुष्य मिळालं; परंतु यांची संसारवेल वाढण्यासाठी त्यांना पहिल्या पत्नीच्या निधनानंतर दुसरं लग्न करावं लागलं. त्यामुळं दगडूदादांच्या निधनाच्या वेळी त्यांचा ज्येष्ठ पुत्र गंगाराम भाऊ हा अवघा बावीस वर्षांचा होता, तर इतर सर्व मुलं अतिशय लहान म्हणजे शाळकरी वयाची होती. त्यामुळं घरातला मोठा मुलगा या नात्यानं कुटुंबातल्या दहा माणसांना सांभाळणं, दुष्काळाच्या महासंकटातदेखील

सर्वांना पुरेल एवढ्या अन्नधान्याची व्यवस्था करणं, भावंडांच्या शिक्षणासाठी, वह्या-पुस्तकं, कपडालत्ता यासाठी पैसा कमावणं अशा सर्व जबाबदाऱ्या सांभाळण्याची जबाबदारी त्याच्या खांद्यावर आली. गंगाराम भाऊंनी सर्व संकटांचा यशस्वीपणे सामना केला आणि समोर आलेल्या बिकट परिस्थितीतून यशस्वीपणे वाट काढली. त्यानं स्वत:पुरता विचार केला असता, तर दुष्काळातदेखील तो आणि त्याची पत्नी कष्ट करून सुखात राहू शकले असते; पण बालपणात झालेले संस्कार असावेत, अथवा जन्मत:च आलेले शहाणपण असेल, त्यामुळं भाऊंच्या मनात स्वार्थी विचार आले नाहीत. जे काही केलं ते सर्व कुटुंबासाठी केलं. त्यांच्या स्वभावातला हा सोशिकपणा गावातल्या सुज्ञ व्यक्तींनी हेरला आणि त्यांना समाजकार्यात आणलं. उपजत संस्कार, ज्ञान आणि गरजूंना मदत करण्याचा स्वभाव यांच्या जोरावर गंगाराम भाऊंनी स्वत: भाळवणी गावचा दहा-बारा वर्षं सरपंच, चेअरमन, साखर कारखान्याचे संचालक, पंचायत समिती सदस्य अशा विविध पदांवर आपल्या कामाचा ठसा उमटवला. भाऊंच्या त्यागातून कुटुंबातल्या लहान भावंडांचं शिक्षण झालं. त्या सर्वांची संसारवेल फुलली, बहरली. त्याचप्रमाणं गावातदेखील विकासाची अनेक कामं झाली. तालुक्यातल्या बऱ्याच विकास कामांमध्ये भाऊंनी पुढाकार घेऊन ती मार्गी लावली. गंगाराम भाऊंनी स्वतःचे वृद्ध माता-पिता आणि लहान शाळकरी बंधूंसाठी स्वतःचं कौटुंबिक आयुष्य पणास लावलं. स्वतःच्या लहान बंधूंचं शिक्षण पूर्ण व्हावं म्हणून स्वतः सातवीमध्ये केंद्रात प्रथम क्रमांकानं पास होऊनही पुढील शिक्षणाचा त्याग केला आणि आपल्या आई-वडिलांच्या पारंपरिक शेती-व्यवसायात काबाडकष्ट करणं पसंत केलं. दुष्काळी परिस्थितीमध्ये रस्त्यांवर बैलगाडीच्या माध्यमातून डबर (मोठ-मोठे खडकाचे तुकडे) वाहून आणण्याचं काम केलं. विहिरी खोदण्याचंदेखील काम त्यांना करावं लागलं;परंतु ते शेवटपर्यंत निर्व्यसनी राहिले. प्रामाणिकपणा जतन करून आई-वडिलांच्या आज्ञा पाळल्या. त्यामुळं कुटुंबातील लहान भावंडांवर संस्कार झाले. सर्व भावंडं निर्व्यसनी आणि कर्तबगार झाली. प्रत्येकानं आपापल्या क्षेत्रात चांगली कामगिरी करून आपली स्वतंत्र ओळख निर्माण केली. गंगाराम भाऊंचे आदर्श आचरण, शुद्ध विचार आणि कामाची धडपड पाहून गावातील बहुतांश नागरिक त्यांच्यावर पुत्रवत प्रेम करू लागले. गावचे नेतृत्व भाऊंच्या हाती आले. भाऊंनी गोरगरीब मराठे, कुणबी, माळी, धनगर, महार-मातंग, मुस्लीम अशा सर्व समाजातील कुटुंबांना बँकेत खातं उघडून दिलं. त्यांची रक्कम घरात व्यवस्थित मोजून त्यांना ती रक्कम बँकखात्यात भरण्यापर्यंत त्यांच्या बरोबर राहून सेवा दिली. त्यामुळे बहुजन समाजाचा, शेतकऱ्यांचा आणि नोकर वर्गांचा विश्वास संपादन करण्यात भाऊ यशस्वी ठरले. भाऊंनी घरातल्या कपाटात गोरगरिबांची दहा ते पंधरा लाख रुपयांपर्यंतची रक्कम सांभाळली; परंतु त्यांच्या मनात कधीही स्वार्थी

भावना आली नाही. सर्व व्यवहार ते स्वतःच्या डायरीत लिहून ठेवत आणि प्रत्येक व्यक्तीस न मागता हिशोब लिहिलेली चिठ्ठी देत असत. त्यामुळं दुधाचा व्यवसाय करणारे शेतकरी दुधडेअरीच्या पगाराची रक्कमदेखील शेतातील वस्तीवर घेऊन न जाता ती भाऊंकडे सांभाळण्यास देत असत. तरीही लाखो रुपयांचे आर्थिक व्यवहार चोख सांभाळणाऱ्या भाऊंचा स्वतःचा बँक बॅलन्स मात्र दहा हजारांच्या पुढं कधी गेला नाही. कारण कुटुंबात कमावणारे सुरुवातीला भाऊ एकटेच! नंतर नाना मोठे झाल्यानंतर पाच-सहा वर्षांनी नानांची चांगली मदत झाली; परंतु दहा-बारा माणसांच्या कुटुंबाचा मोठा खर्च, इतर भावंडांच्या शिक्षणाचा खर्च, पुस्तकं-वह्या, शिक्षण फी, बसचा पास, दप्तर, गणवेश या गोष्टींचा सर्व खर्च सांभाळताना भाऊंची फार मोठी दमछाक होत असे. आज आम्ही सर्व चांगली कमाई करत आहोत. सर्व भावंडं, पुतणे, पुतण्या, भाचे, भाच्या, जावई अशा आम्हा सर्वांची आर्थिक परिस्थिती चांगली आहे; परंतु सर्वांच्या मीठ-भाकरीवर भाऊंची स्वाक्षरी कोरलेली आहे, याचा आम्हांस विसर पडलेला नाही आणि भविष्यातही पडणार नाही. आम्हा सर्वांच्या यशात गंगाराम भाऊंचा मोलाचा वाटा आहे. आमच्या कुटुंबातील पुढील अनेक पिढ्यांनी भाऊंनी कुटुंबांच्या उभारणीसाठी केलेला त्याग आणि त्यांचे योगदान विसरू नये. देशातील प्रत्येक कुटुंबात असे संस्कार जोपासणारी मुले जन्मास यावीत. म्हणून भाऊंच्या बहुतांश आठवणी पुस्तकरूपाने शब्दबद्ध करण्याचा प्रयत्न केला आहे. सदर पुस्तकाच्या माध्यमातून प्रत्येक कुटुंबात, देशात हजारो गंगाराम भाऊ जन्मास यावेत आणि त्यांनी आई-वडिलांना अभिमान वाटेल अशी कामगिरी करून जिवनाच्या अंतिम श्वासापर्यंत माता-पित्यांना आनंद आणि समाधान द्यावे हा आमचा हेतू साध्य व्हावा. तसेच आजही अनेक कुटुंबांमध्ये आमच्या गंगाराम भाऊंसारखे त्यागमूर्ती कार्यरत आहेत; परंतु त्यांच्या कार्याची, त्यागाची जाणीव पुढील पिढी ठेवतेच असे नाही. अनेक त्यागमूर्तींचे दातृत्व आणि त्याग त्यांच्या पुरताच मर्यादित राहतो. त्यांच्यानंतर ही त्याग भावना, त्यांचे संस्कार आणि आदर्श नंतरच्या पिढीत दिसून येत नाहीत. या पुस्तकाद्वारे अशा त्यागमूर्तींच्या संस्कारांची सर्वत्र पखरण व्हावी हा आमचा उद्देशही सफल व्हावा, अशी प्रामाणिक अपेक्षा आहे.

या पुस्तकातला 'पारदर्शी पोषणकर्ता प्रभाकर नाना', 'द्रष्टा उद्योजक', 'संस्कारपुरुष मधुकर अण्णा', 'सुधाकर बापू', 'कष्टाळू संपतदादा' ही सर्व व्यक्तिमत्त्वं भाऊंनी दिलेल्या संस्कारांच्या शिदोरीतून उदयास आली. म्हणूनच गंगाराम भाऊंना आम्ही 'कर्तव्याचा महामेरू' म्हटलं आहे. या पुस्तकाचं वाचन करताना वाचकांना त्यांच्या कर्तृत्वाचा अभ्यास होईल याबाबत आम्हाला खात्री आहे.

या पुस्तकाचं लेखन जरी आम्ही केलं असलं, तरी वेळोवेळी आमच्या लिखाणातल्या त्रुटी लक्षात आणून देणं आणि योग्य मार्गदर्शन करण्याचं काम आमचे मित्र विठ्ठलराव कुसाळे सर यांनी अगदी कुटुंबातल्या सदस्यांप्रमाणे कर्तव्य निभावत पूर्ण केलं, त्याबद्दल आम्ही त्यांचे कायम ऋणी राहू इच्छितो. तसंच या पुस्तकाबाबत अभिप्राय देणाऱ्या प्रा. अनिता चौधरी मॅडम, प्रा. बाळासाहेब आंबादास रोहोकले सर, प्रा. डॉ. पंढरीनाथ शेळके, आमचे बंधू मधुकर अण्णा, सकाळ प्रकाशन आणि त्यांच्या वतीनं आमच्या पुस्तकाचं सर्व कामकाज सांभाळणाऱ्या अमृता देसर्डा, ऋता बावडेकर आणि 'सारद मजकूर'चे अभिजीत सोनावणे या सर्वांचे आम्ही मनापासून आभार मानतो.

तसंच माझी शैक्षणिक कारकीर्द ज्या शिक्षण संस्थेत सुरू झाली आणि बहरत गेली. त्या संस्थेचे संस्थापक अध्यक्ष शिक्षण तपस्वी स्व. प. म. राऊत सर आणि त्यांच्या सुविद्य पत्नी शिक्षण तपस्विनी स्व. विद्या प. राऊत मॅडम, हे शिक्षण क्षेत्रातलं प्रेरणास्थान. दोघांनाही राष्ट्रीय पातळीवरील आदर्श शिक्षक पुरस्कार प्राप्त झाले असून तत्कालीन राष्ट्रपतींच्या हस्ते सन्मान झाला असे देशातले एकमेव दांपत्य. या दोघांनी शिक्षण संस्थेमध्ये कौटुंबिक वातावरण निर्माण करून माझ्यासहित सर्व कर्मचाऱ्यांना पुत्रवत प्रेम दिलं. अशा आदरणीय व्यक्तिमत्त्वांचे मी विन्रमपणे आभार व्यक्त करतो.

वाचकांनी मोठ्या संख्येने पुस्तकाचं वाचन करावं, वृद्ध माता-पिता, आजी-आजोबा, काका-काकी अशा सर्व वयोवृद्धांची काळजी घ्यावी. बहीण-भावांमध्ये एकोपा कायम राखावा, आपल्या बालपणात ज्यांनी आपली काळजी घेतली, प्रेमाचा वर्षाव केला अशा वंदनीय व्यक्तिमत्त्वांना प्राणपणानं जपावं, हा आमचा उद्देश असून तो सफल व्हावा, ही ईश्वरचरणी प्रार्थना.

– प्रा. सुधाकर द. रोहोकले
(सेवानिवृत्त उपप्राचार्य, मुंबई)

आभार

माझ्या राजकिय आणि सामाजिक वाटचालीत मागील पन्नास वर्षांपासून मला आशीर्वाद, प्रेरणा आणि ऊर्जा देणाऱ्या सर्वांचे मी आभार मानतो.

१. कॉ. नानाजी कृष्णाजी पाटील
२. व्यसनमुक्ती अधिकारी स्व. एडकेसाहेब
३. डॉ. बाबासाहेब बांडे
४. डॉ. भनगडे, पशुवैद्यकीय अधिकारी
५. दत्तात्रय गणपत रोहोकले
६. इंद्रभान लक्ष्मण रोहोकले
७. पिराभाऊ नामदेव रोहोकले
८. दगडूभाऊ बाबुराव कपाळे
९. कॉ. कोंडाजी देवजी चेमटे
१०. कॉ. वामन बाळाजी लकडे
११. गवराम माधव रोहोकले
१२. भाऊसाहेब गेणूजी रोहोकले
१३. रंगनाथ तात्या कपाळे
१४. शंकर दत्तात्रय रोहोकले
१५. अर्जुन मल्हारी रोहोकले
१६. कॉ. बबनराव पाटील रोहोकले
१७. कॉ. तुकाराम पाटील रोहोकले
१८. कॉ. धोंडिभाऊ खरमाळे
१९. कॉ. सुलतानभाई शेख
२०. कॉ. रंगनाथ तुळशीराम डावखर
२१. सावळेराम गोविंद भुजबळ (भाऊ तात्या)
२२. बबन बाबू रोहोकले

२३. अंबादास चंद्रभान चेमटे
२४. रखमाजी रामदास भुजबळ
२५. मारुती खंडू सुरूसे - सावकार
२६. रामा नाना रोहोकले
२७. भास्कर अंबादास रोहोकले
२८. रघुनाथ भिकाजी आमले
२९. नामदेव गेणू लोंढे
३०. विष्णू कोंडाजी रोहोकले
३१. वामन राजाराम पट्टेकर
३२. पिरता सावळेराम पट्टेकर
३३. रामभाऊ राणू पट्टेकर
३४. तुकाराम नामदेव जऱ्हाड
३५. भाऊ दगडू रोहोकले
३६. गणपत कांगुणे
३७. पंढरीनाथ कांगुणे
३८. रंगनाथ राऊत
३९. हरीभाऊ लक्ष्मण आमले
४०. जिजाबाई सुखदेव रोहोकले
४१. गंगूबाई जगन्नाथ रोहोकले
४२. सोनाबाई देविदास आहेर
४३. सोनाजी लक्ष्मण रोहोकले
४४. नंदू अंबादास रोहोकले
४५.आबा काशिनाथ रोहोकले
४६. पांडुरंग रखमाजी रोहोकले
४७. गंगाधर बहिरू शिंदे

४८. भाऊसाहेब बहिरू शिंदे
४९. धोंडीभाऊ गोपाळा रोहोकले
५०. साहेबराव यशवंत रोहोकले
५१. आनंदराव देवजी रोहोकले
५२. इशिनाथ गवराम रोहोकले
५३. बाबाजी सबाजी चेमटे
५४. बबनराव रंगनाथ डावखर
५५. नानासाहेब बबनराव रोहोकले
५६. तात्याबा धोंडिबा भोसले
५७. डॉ. सुरेश शिंदे
५८. डॉ. काझी
५९. रघुनाथ आंबेडकर
६०. शेखलालभाई तांबोळी
६१. लालुभाई रमनभाई तांबोळी

अनुक्रमणिका

नीतिवंत आधारवड दगडूदादा!

बालपणात आई-वडिलांचं छत्र हरपणं यासारखं दुःख जगात दुसरं कोणतंही नसेल. अशी वाईट वेळ दुश्मनावरदेखील येऊ नये. एखाद्या अशा कोवळ्या बालकाच्या नशिबानं घरात आजीआजोबा असतील, तर ते आपल्या प्रेमानं आई-वडिलांची पोकळी भरून काढतात, त्या बालकाचं योग्य संगोपन करतात; परंतु दुर्दैवानं आमचे आधारवड म्हणजेच आमचे जन्मदाते (स्व.) दगडूतात्या रोहोकले हे तीन वर्षांचे असतानाच त्यांचे वडील तात्याबा यांना देवाज्ञा झाली. स्वतःचे वडीलही त्यांना आठवत नव्हते. तात्याबा यांच्या निधनानंतर आमच्या वडिलांच्या आईनंच माता आणि पित्याची भूमिका निभावली.

आमच्या वडिलांचा जन्म भाळवणी (ता. पारनेर, जि. नगर) इथं एका गरीब शेतकरी कुटुंबात झाला. घरी अठराविश्व दारिद्र्य असतानाही त्यांच्या आईनं मुलाला शाळेत घातलं. दगडूदादा तिसरीत असताना प्लेगच्या साथीनं त्यांच्या आईचा मृत्यू झाला आणि ९-१० वर्षांचे दादा खऱ्या अर्थानं पोरके झाले. सुदैवानं त्यांना जिजाबाई नावाची लग्न झालेली एक मोठी बहीण होती आणि त्यांच्या भाळवणी गावातच एक मावशी होती. दादांना मावशीनं धीर दिला. प्रेमानं जवळ घेतलं आणि 'मी तुला माझ्या मुलाप्रमाणे सांभाळीन' असं सांगितलं.

आईच्या अंत्यविधीनंतर मावशीनं दादांना आपल्या घरी नेऊन जेवू घातलं आणि दुर्दैवानं त्याच संध्याकाळी मावशीच्या काखेत गाठ आली. प्लेगनं मावशीला गाठलं. दुसऱ्याच दिवशी मावशीचा अंत्यविधी करण्याची वेळ दादा आणि त्यांच्या नातेवाइकांवर आली. दादांच्या भाऊबंदांनी आईच्या आणि मावशीच्या तेराव्यापर्यंत

दादांना सांभाळलं. नंतर पंचांची मीटिंग भरली आणि 'या अनाथ मुलाचा सांभाळ कोणी करायचा?' यावर चर्चा झाली. त्या वेळी दादांचे मेव्हणे म्हणजेच बहिणीचे पती बाळाजी डोंगरे-पाटील जणू डोंगराच्या मायेनं पुढं आले आणि 'आम्ही या मुलाचा सांभाळ करू' असं सांगून त्यांनी सर्वांना आश्वासित केलं. पंचांनी दादांना बहीण आणि मेव्हण्यांच्या हवाली केलं, तेव्हा ते बहिणीबरोबर नगर तालुक्यातल्या 'वडगाव गुप्ता' या गावी आले. तिथं गुरं-ढोरं सांभाळत शेतीची सर्व कामं दादांनी शिकून घेतली. मेव्हण्याचा आणि त्यांच्या घरातल्या सर्वांचा विश्वास संपादन केला. अशा प्रकारे आईबापाविना पोरके झालेले दादा बहिणीच्या घरी पडेल ते काम करू लागले. दादांचं शिक्षण दुसरी पास. दादांचं अक्षरही छान. मोडी लिपीचं ज्ञानही चांगलं; परंतु आई गेल्यानंतर त्यांचं शिक्षण आपोआप थांबलं.

बहीण जिजाबाई आणि दाजी बाळाजी डोंगरे दादांची स्वतःच्या मुलाप्रमाणे काळजी घेत होते. खाण्यापिण्याची व्यवस्था चांगली होती. दूध, दही इत्यादी दादांना नियमित मिळत होतं. त्यात दिवसभर काबाडकष्ट करूनही दादांची शरीरयष्टी छान दिसत होती. दादा आता १६ वर्षांचे झाले होते. सावळा रंग, पावणे सहा फूट उंची, पिळदार शरीरयष्टी, त्यामुळं दादा १८-२० वर्षांच्या मुलाएवढे दिसत होते.

अधूनमधून दादाला आपल्या गावाची, भावकीतल्या मित्रांची आठवण यायची. गावी शेती राम भटाकडे गहाण पडलेली होती. ती सोडवावी, चांगली कसावी, पिकवावी असंही त्यांना वाटायचं; परंतु बैलजोडी नाही, शेती अवजारं नाहीत, गावाला घर नाही, मदतीलादेखील कुणी नाही.

दादांना एक चुलत भाऊ होता, त्याचं नाव गंगाराम. तो स्वतःची शेती करत होता. दादांपेक्षा तो लहान. जास्त कष्ट पेलण्याइतपत मोठा झालेला नव्हता; पण गंगाराम चुलत भाऊ असला, तरी दोघांमधलं प्रेम आणि सलोखा सख्ख्या भावंडाप्रमाणेच होता. गावी भाळवणीला असताना दोघं एकत्र खेळायचे, गाई-म्हशी राखायचे. नदीत, डोहात दुपारी मनसोक्त डुंबायचे. रानातल्या पाडाच्या कैऱ्या, बोरं एकमेकांच्या मदतीनं काढायचे आणि त्यांचा मनसोक्त आस्वाद घ्यायचे. या सर्व आठवणींनी दादांचं डोकं सुन्न व्हायचं. देवाचा त्यांना राग यायचा. देवानं आपल्या आठव्या वर्षीच आपले आईवडील आपल्यापासून हिरावून घेतल्याचा संताप यायचा. त्यांना वाटायचं की, 'इतरांप्रमाणे आपल्याही घरात आईबाप असते, तर दिवसभर कष्ट करून थकल्यावर रात्री आईनं गरम गरम भाकरी-कालवण वाढून प्रेमानं विचारलं असतं, 'दादा, थकलास काय रे? सगळं काम तू एकटाच करतोस. पाठीला तेल चोळून देऊ का?' डोक्यावर हात ठेवून प्रेमानं वडील म्हणाले असते, 'दादा, मला का बरोबर नेत नाहीस? एकटा किती कष्ट करतोस? आयतं खाण्याएवढे आम्ही म्हातारे वाटतो काय रे? ते काही

नाही, उद्यापासून मीसुद्धा वावरात येईन. आपणं दोघं मिळून शेतात काम करू.' आई आणि बाबांना मी प्रेमानं समजावलं असतं, की आता तुम्ही दोघंही जागेवर शांत बसा. मी तेलानं तुमच्या पायाची मालीश करून देतो. तुमचे पाय माझ्यासाठी खूप झिजले. आता मला त्यांची पूजा करू द्या.'

दादांच्या डोक्यात अशा विविध विचारांचं काहूर उठायचं. रात्री नीट झोप लागायची नाही. कित्येक रात्री दादांनी जागून काढल्या. आठ वर्षांचा होईपर्यंत दादांच्या आईनं त्यांना अगदी लाडात वाढवलं होतं. आई आणि वडील अशा दोघांचंही प्रेम आईनंच दिलं होतं; पण अशा सुखी संसाराला अचानक दृष्ट लागली. प्लेगच्या साथीत संध्याकाळी आईच्या काखेत गाठ आली आणि दुसऱ्याच दिवशी दादांच्या आईनं जगाचा निरोप घेतला.

मनात खोलवर गेलेल्या वेदना विसरायच्या म्हटलं तरी दादा विसरू शकत नव्हते. दादा मनातलं दु:ख हलकं करण्यासाठी दररोज संध्याकाळी मारुतीच्या मंदिरात जायचे. देवदर्शन झाल्यावर अर्धा-एक तास मंदिरातल्या एका कोपऱ्यात बसून अश्रू ढाळत देवावर आपला राग व्यक्त करायचे. वडगावला बहिणीच्या घरी येऊन आता जवळपास दहा वर्षं उलटली होती; परंतु त्यांच्या मनातली गावाची ओढ आणि आठवणी काही कमी होत नव्हत्या. उलट त्या नव्यानं पुन:पुन्हा मन:पटलावर रुंजी घालत होत्या.

एक दिवस दादा असेच हनुमान मंदिरात गेले. देवदर्शन झाल्यावर कोपऱ्यात बसले असताना पुन्हा त्यांच्या डोक्यात विचारांचं वादळ निर्माण झालं. तेव्हा त्यांना बालपण आठवत होतं, आईवडिलांच्या आठवणी दूर जात नव्हत्या. अश्रू ढाळत दादा पुटपुटत होते, 'देवा, तू एवढा निर्दयी का झालास? मला अनाथ करायचं होतं, तर जन्माला का घातलंस? आमच्या सुखी कुटुंबात माती कालवलीस. माझी शाळा बंद केलीस. वडिलोपार्जित तीस-चाळीस एकर शेती असूनही मला बहिणीच्या घरी आश्रित म्हणून जगायला भाग पाडलंस. मी असा काय गुन्हा केला म्हणून बहिणीवर आणि मेव्हण्यावर बोजा टाकून मला जगायला भाग पाडतोस? गावाला जाऊन राहायचं म्हटलं तर स्वत:चं घर नाही. सख्ख्या नात्यातलं कुणीही नाही. मला गावी जाऊन मातीमोल झालेला माझा संसार पुन्हा थाटायचा आहे. माझ्या आईवडिलांच्या पदस्पर्शानं पवित्र झालेल्या माझ्या काळ्या आईची सेवा करायची आहे. माझ्या बालमित्रांकडं आणि भावंडांकडं परत जायचं आहे. आईवडिलांचं नाव मोठं करायचं आहे. नावलौकिक कमवायचा आहे. चांगलं काम करून सर्वांचे आशीर्वाद घ्यायचे आहेत. एवढं माझ्यासाठी करशील ना, मारुतीराया? संतापानं काही वाईट-वंगाळ बोललो असंन तर तुझ्या या अनाथ भक्ताला माफ कर.'

मारुतीरायासमोर डोळे बंद करून दादा मन मोकळं करत होते. अनेक दिवस काळजात बंद केलेले अश्रू डोळ्यांतून ढसाढसा वाहत होते. एवढ्यात कुणी तरी दादांच्या डोक्यावर हात ठेवला आणि दादांनी भानावर येऊन मान वर केली, तर त्यांचे दाजी बाळाजी डोंगरे-पाटील त्यांच्या मागं उभे होते. त्यांना बघून दादांना ओशाळल्यासारखं झालं. खांद्यावरच्या उपरण्यानं डोळे पुसत दादांनी प्रश्न केला, "दाजी, कधी आलात?"

ते म्हणाले, "कधी आलो ते नाही सांगत; पण तू बोलल्यालं समदं भांडण ऐकून माझंबी काळीज भरून आलं पोरा. तुझे आईवडील गेल्यापासून तुला काही कमी पडू द्यायचं नाही याची आम्ही दोघंबी काळजी घेतोय. दादा, तुला पोटच्या पोरावानी सांभाळताना आम्ही कुठं कमी पडलो काय रे? आमची काही चुकी तर झाली नाही ना? तसं असंल, तर तुझी बहीण जिजा अन् मी तुझी माफी मागतो; पण तू असा आमच्यावर नाराज होऊ नकोस. इथं स्वतःच्या आईवडिलांचं घर समजून राहायचं. तुला काय हवं नको ते बिनदिक्कत सांगायचं. परमेश्वर एका हातानं काही नेतो, तेव्हा दुसऱ्या हातानं त्याच्या दुप्पट देतो. चल आता, घरी चल. घरी तुझे चुलते रामबाबा आल्यात. दोन तास झालं, तू इथं देवळात बसलायस. घरी पाव्हणं आणि आम्ही सर्व जण तुझी जेवणाकरता वाट बघून थकलो. मग शेवटी मीच तुला शोधायला आलो."

मेव्हण्याच्या आर्जवी बोलण्यानं दादांना पुन्हा भडभडून आलं. दादा उठले आणि मेव्हण्याचे पाय घट्ट पकडून हमसून हमसून रडत म्हणू लागले, "दाजी, तुमचं काय नाही चुकलं. तुम्ही माझं दुसरं मायबाप होऊन माझा सांभाळ करताय; पण मला तुमच्या जिवावर जगायला नाही आवडत. मला चांगलं काही तरी करून दाखवायचंय."

दादांच्या मनातलं दुःख बाळाजींच्या ध्यानात आलं होतं. दादा कष्टाळू तर आहेत; पण जिद्दी स्वभावाचेही आहेत. भावकीत जाऊन चांगलं काम करून दाखवण्याची धमक या मुलात आहे, हे त्यांनी ओळखलं आणि म्हणाले, "चल, आता घरी जाऊ या."

स्वतःचे काका रामबाबा घरी आल्याचं समजल्यावर दादांना खूप आनंद झाला. काकांबरोबर भाळवणीला जायचं त्यांनी ठरवलं. साधारण दहा वर्षांपूर्वीची काकांची छबी त्यांच्या मनःपटलावर अवतरली. त्यांच्याएवढीच पावणे सहा फूट उंची, सावळा रंग, धारदार नाक, डोक्यावर लाल पगडी, अंगात पेहरण, त्यावर काळा कोट, धोतर, अशी काकांची मूर्ती. चुलत चुलते असूनसुद्धा आपली ख्यालीखुशाली विचारायला बैलगाडी घेऊन बारा मैलांचा प्रवास करून रामबाबा वडगावला आले, याचं दादांना फार अप्रूप वाटलं. देवानं आपलं गाऱ्हाणं ऐकल्याचा त्यांना आनंद झाला. काका रामबाबांच्या रूपानं प्रत्यक्ष मारुतीरायाच आपल्या मदतीला धावून आला आहे, असं दादांना वाटलं. 'आपल्याला सख्ख्या नात्यातलं कुणी नाही,' असा विचार मनात

आल्याबद्दल अपराधीही वाटलं.

रामबाबा मुंबईला कामाला होते. त्यामुळं आर्थिक सुबत्ता होती. थोड्या दिवसांची रजा घेऊन ते गावाला आले होते. शेतीचं उत्पन्न चांगलं होतं. गावी आल्यावर भावकीतल्या सर्वांची ख्यालीखुशाली विचारत असताना दादा वडगावला राहतात, असं समजल्यावर त्यांना भेटून जायचं ठरवून ते वडगावला आले होते.

बाळाजी पाटील आणि दादा मंदिरातून घरी आले. अंगणात ठेवलेल्या बादलीतून पाणी घेऊन दोघांनी हात-पाय, तोंड धुतलं. घरात रामबाबा बाजल्यावर बसले होते. त्यांच्या पायावर नतमस्तक होऊन दादांनी त्यांना नमस्कार केला. तशी काकांनी पाठीवर जोराची थाप मारून त्यांना आशीर्वाद दिला आणि म्हणाले, "वारं पठ्ठ्या! मोठा झालास! तब्येतपण मजबूत केलीस. कष्टानं कमवलेलं शरीर हीच लक्ष्मी शेवटपर्यंत कामास येते बरं."

एवढ्यात जिजानं सर्वांसाठी ताटं केली. कोंबडीचं मटण, काळा रस्सा, बाजरीच्या भाकरी, लिंबू, कांदा असा खास बेत पाहुण्यांसाठी केला होता. सर्व जण जेवायला बसले आणि रामबाबांनी आपल्या येण्याचं प्रयोजन सांगायला सुरुवात केली, "हे बघा डोंगरे पाटील, आमचं पोरगं असं तुमच्या घरी राहतंय. त्याच्या आईबापाला देवाचं बोलावणं आलं, प्रसंग तसा वाईट होता. अशा काळात तुम्ही आठ-दहा वर्षं त्याला सांभाळलं. आता त्यो मोठा झालाय. त्याच्या बाची चांगली ३०-४० एकर जमीन हाय. ती गहाण पडलीय. त्याचा बाप गेला; पण आम्ही चुलतं जिवंत आहोत. तवा पोराला गावाला नेऊन शेतीची येवस्था लावून देतो अन् त्याला मुंबईला कामाला चिकटवतो. त्याचा बाप लई गुणवान माणूस व्हता. गावच्या पंचमंडळीत त्याचा दबदबा व्हता. मला त्यानं अंगाखांद्यावर खेळवलं. घासातला घास खाऊ घातला. त्यो लवकर गेला; पण त्याचा जीव लेकरासाठी घुटमळत असंल. या लेकराचा वंश वाढला पायजे. त्याचा परपंच झाला, की आमची जबाबदारी संपली."

दादा जाणार म्हणताच बाळाजी पाटलांचं मन कळवळलं, अस्वस्थ झालं. जेवण झाल्यावर ओसरीवर सर्व जण बसले. त्या बैठकीत साधारण वर्षभरापूर्वी घडलेला तो जिवावरचा प्रसंग डोंगरे पाटलांनी सांगायला सुरुवात केली, "दगडूदादा म्हणजे शंभर नंबरी सोनं आहे बघा. लाथ मारील तिथं पाणी काढील, अशी त्याच्यात धमक आहे. आमची शेती, गायी-म्हशीच्या दुधाचं अन् खाण्यापिण्याचं तो एकटाच बघतो. माझ्या तर हातातलं काम काढून घेतो. कोणत्याच कामाला हात लावू देत नाही. गेल्या वर्षी उन्हाळ्यात दादा आणि मी सकाळी गव्हाला पाणी भरायला निघणार होतो. दादानं सैंदूरनाडा बैलगाडीत ठेवलं, चमड्याची मोट उचलून गाडीत ठेवली आणि बैल जोडून आम्ही मळ्यात निघालो. मी गाडी हाकत होतो आणि तुमचा दादा गाडीमागून पायी

चालत होता. आम्ही अर्ध्या वाटेवर होतो, अचानक मोटमधून नागराजानं फणा काढून बैलगाडीत दर्शन दिलं. माझं लक्ष नव्हतं. माझी नजर समोर बैलांकडं होती. दादानं हे पाहिलं. माझ्या जिवाला धोका झाला असता; पण दादानं घाईनं धावत येऊन जिवाची पर्वा न करता स्वतःच्या हातानं मोट गाडीतून ओढून खाली फेकली. त्या आवाजानं मी गाडी थांबवून मागं वळून पाहिलं, तर मोटंतून बाहेर पडलेले नागराज सळसळत बाजूच्या गवतात निघून गेले. पाव्हणं, अशा तुमच्या दादाला आमच्यापासून दूर जाऊ द्यायला मन तयार होत नाही; पण पोरगं तुमचं हाय, आमच्या परीस तुमचा त्याच्यावर जास्त अधिकार हाय. त्याला मुंबईला न्यायचा तुमचा इरादा त्याच्या भल्यासाठीच आहे, आम्ही कसं नाही म्हणणार?"

दादांच्या कर्तबगारीचं कौतुक बाळाजी पाटलांच्या तोंडून ऐकल्यानंतर रामबाबांना खूप आनंद झाला. दादांबद्दल अभिमान वाटला. 'ह्यो पोरगा आईबापाचं नाव काढणार' याबद्दल त्यांना खात्री पटली. रात्रीचा मुक्काम आणि दुसऱ्या दिवशी न्याहरी करून काका-पुतण्या भाळवणीला निघाले. दादांनी बहिणीला आणि दाजींना वाकून नमस्कार केला, तेव्हा दोघांनाही अश्रू अनावर झाले.

गेल्या दहा-बारा वर्षांत या पोरानं सर्वांना लळा लावला होता. त्यांच्या कुटुंबातला एक महत्त्वाचा भाग होऊन दादांनी स्वतःचं अस्तित्व आणि ओळख निर्माण केली होती. आपल्या कष्टाळू स्वभावानं आणि सद्गुणांनी वडगावातल्या सर्वांना आपलंसं केलं होतं. नऊ-दहा वर्षांचा असताना स्वतःचं गाव सोडून दादा वडगावला बहिणीबरोबर आले होते, त्या वेळी झालं नसेल एवढं दुःख आज दादांना झालं होतं; पण दादांना जाणं आवश्यक वाटत होतं. त्यांना आता समज आली होती. वडगावातल्या सर्व आठवणींचं गाठोडं मागं ठेवून दादा निघाले. काकांच्या रूपानं एखादा देवदूतच आपल्या वडिलांचं अधुरं स्वप्न आपल्याकडून पूर्ण करून घेण्यास अवतरला असल्याचा भास दादांना झाला आणि दादा काकांबरोबर स्वतःच्या गावात येऊन पोहोचले.

मुंबईला जाण्यापूर्वी दादांनी लक्ष्मण बाचकर नावाच्या त्यांच्या धनगर समाजातल्या मित्राला बरोबर घेण्याविषयी काकांना गळ घातली. लक्ष्मण अतिशय शांत, प्रामाणिक आणि नम्र स्वभावाचा होता. रामबाबांनी दादांना मुंबईला घेऊन जाण्याचा बेत पक्का केला. दादा मुंबईला कामधंदा करून दोन पैसे गाठीशी ठेवील आणि शेतीकरता भांडवल मिळेल, असं मनाशी पक्कं ठरवून रामबाबा आणि दादा मुंबईला पोहोचले. रामबाबांनी दादांची सुरुवातीला जेवणाची आणि राहण्याची व्यवस्था सहा महिने स्वतःच्या घरी केली. आता दादा नियमित कामावर जाऊ लागले. सुरुवातीला दादा आणि लक्ष्मण यांनी म्युनिसिपालटीच्या संडासांना रंग देण्याचं कंत्राटी काम केलं. त्यात चांगली मजुरी

मिळवली. हलक्या कामाची लाज वाटू दिली नाही. सहा महिन्यांनंतर रामबाबांनी ओळखीच्या साहेबांना भेटून दादा आणि लक्ष्मणला 'युनायटेड मिल'मध्ये कामाला ठेवलं. भायखळा इथं राहण्याची व्यवस्था करून दिली आणि जेवणाकरता खाणावळ शोधून दिली. आता दादा, लक्ष्मण आणि इतर तीन-चार कामगारांबरोबर भाड्याच्या खोलीत राहून स्वतंत्रपणे कामधंदा करू लागले. घरातला एकटेपणा टाळण्याकरता आणि खोलीचं भाडं शेअर करण्याकरता दादांना लक्ष्मणची चांगलीच मदत झाली.

दोघं जिवलग मित्र लग्न होईपर्यंत चार वर्षं एकत्र राहिले. दरवर्षी दिवाळीत दादा गावाला जायचे. बंधू गंगारामनं शेती चांगल्या पद्धतीनं सांभाळली. दादांनी रामभटाकडं गहाण असलेली शेती सोडवली. आता भरपूर उत्पन्न मिळायला सुरुवात झाली होती. घर धान्यानं भरून जायचं. दादा गावी आले, की गंगारामच्या घरीच राहायचे. त्यांना शेतीकरता पैसा पुरवायचे. चुलत भाऊ असूनही दोघांचं एकमेकांवरचं प्रेम सख्ख्या भावासारखं होतं. दोघांनी मिळून चांगली आठ-दहा एकर शेती खरेदी केली. गंगाराम आणि दादांची गावच्या प्रमुख पंचांमध्ये गणना होऊ लागली. दोघंही भाऊ निर्व्यसनी होते. काटकसरी होते. सर्व जाती-धर्मातल्या लोकांशी त्यांचे सलोख्याचे संबंध होते. गोरगरिबांबद्दल प्रेम, जिव्हाळा, आपुलकी ठेवून वागत असल्यानं गावात त्यांना चांगला मानसन्मान मिळत होता. गरिबांना अडीअडचणींत मदत करत होते. गावच्या धार्मिक कार्यात पुढाकार घेऊन सढळ हातानं मदत करत आणि जबाबदारी घेत असत.

दादा आता साधारण बावीस वर्षांचे झाले होते. कापड गिरणीत कायमस्वरूपी कामाला लागले होते. उंच आणि कष्टाने कमावलेल्या पिळदार शरीरयष्टीमुळं दादा चांगलेच प्रौढ दिसत होते. आता दादांचं लग्नाचं वय झालं होतं. पांढरा शुभ्र कुर्ता, तपकिरी रंगाची केसाळ टोपी अशा वस्त्रांनी दादांचं व्यक्तिमत्त्व अधिकच रुबाबदार दिसू लागलं होतं. दादांचा चुलत भाऊ गंगाराम तर पहिलवानच होता. तो नियमित तालमीत जाऊन जोर-बैठका काढायचा. कुस्ती लढायचा. दादांपेक्षा सात वर्षांनी लहान असूनही तो दादांपेक्षा बलदंड दिसायचा. दादांना गंगारामचा खूप अभिमान वाटायचा.

रामबाबांनी दादांसाठी वडनेर गावातली भालेकरांची पार्वती नावाची मुलगी लग्नासाठी निश्चित केली. त्या काळी मुलीच्या घरच्यांना मदत करण्याची पद्धत असल्यानं दोन मण गहू देऊन दादांचा विवाह पंधरा वर्षांच्या पार्वतीबरोबर पार पडला. लग्नानंतर सर्व कुलदैवतांचं दर्शन घेऊन महिन्याभरात दादा आणि पार्वती मुंबईला रवाना झाले. दादांच्या लग्नानंतर वर्षभरानं गंगारामचंदेखील लग्न दैठणे गुंजाळ इथल्या भोरांची मुलगी रेऊबाई हिच्याशी ठरवण्यात आलं. या लग्नात पार्वतीनं रोहोकले घराण्याची ज्येष्ठ सून या नात्यानं सर्व जबाबदाऱ्या उत्साहानं आणि जोखमीनं पार पाडल्या. गंगाराम आणि रेऊबाई यांचाही संसार आनंदानं सुरू झाला.

लग्नानंतर तीन वर्षांनी दादांनी गावात सर्वांत उंच ठिकाणी बारा खणांचा सागवान लाकडाचा ऐटबाज वाडा बांधला. सागाची सर्व लाकडं त्यांनी मुंबईहून आणली होती. उंचावर बांधलेलं हे घर बघायला पन्नास-पंचावन्न पायऱ्या चढून गावातले लोक येऊ लागले, तेव्हापासून दादांना लोक 'टेकाडीवरचा दगडूभाऊ' या नावानं ओळखू लागले. सागवान लाकूड आणि पांढऱ्या मातीच्या भिंती यामुळं वाड्यातलं तापमान उन्हाळ्यात थंड, तर पावसाळ्यात आणि हिवाळ्यात उबदार राहत असे.

दिवाळीनंतर सुरू केलेलं घराचं बांधकाम जवळपास सहा महिन्यांनी पूर्ण झालं. दादा आणि पार्वती यांचा संसार वाजवी खर्चाचा; परंतु अतिशय नेटका, अगदी दृष्ट लागण्याजोगा होता. स्वत:ला मिळालेल्या उत्पन्नातून काटकसरीनं खर्च करून दादांनी मुंबईला बकरी अड्ड्यावर चाळीमध्ये एक खोली घेतली. तसंच रामभटाकडं गहाण ठेवलेली जमीन सोडवली. आता दोघांनाही घरात एखाद्या छोट्या पाहुण्याचं आगमन व्हावं असं वाटू लागलं. त्याकरता मुंबईला जाण्यापूर्वी दोघंही गावाजवळ कापरी नदीच्या तीरावर असलेल्या नागेश्वर महादेवाच्या दर्शनास गेले आणि देवाला साकडं घातलं. मुंबईला गेल्यानंतर एक-दोन महिन्यांतच पार्वती यांना दिवस गेले. लग्नानंतर चार वर्षांनी दादांच्या घरी सुंदर अशा कन्यारत्नाने जन्म घेतला. तिचं नाव 'गंगूबाई' ठेवण्यात आलं. गंगू दादांची प्रथम अपत्य असल्यानं तिचं संगोपन अतिशय चांगल्या प्रकारे, अगदी लाडात झालं. दादा दररोज संध्याकाळी कामावरून आल्यावर मुलीला घेऊन तासभर बाहेर फेरफटका मारून येत. सुटीच्या दिवशी तिला जवळच असलेल्या राणीच्या बागेत घेऊन जात.

इकडं गावी गंगाराम आणि रेऊबाई यांचादेखील संसार अगदी सुखात - आनंदात सुरू होता. शेती उत्पन्न चांगल्या प्रकारे मिळत होतं. दादांकडून पैसे घेऊन गंगारामनं दोन विहिरींचं खोदकाम आणि बांधकाम पूर्ण करून घेतलं. अर्ध्याहून अधिक शेती बागायती असल्यानं शेती उत्पन्नाचा स्रोत चांगला होता. गावातल्या मोजक्या सधन कुटुंबांपैकी एक, अशी ओळख दोघां भावांनी मोठ्या कष्टानं निर्माण केली होती.

दादांनी गंगारामला चार बैल आणि एक बैलगाडी घेऊन दिली होती. गावात केवळ चार शेतकऱ्यांकडंच बैलगाडी होती. त्यामुळे उदार मनाचा गंगाराम इतर गरजूंना त्यांची बैलगाडी वापरायला देत असे. एकदा दादा मुंबईहून आले आणि गावाजवळच्या शेतात पसरलेल्या वैरणीच्या पेंढ्या पाहून बंधू गंगारामला रागे भरले, 'बैलगाडी गावासाठी आहे की आपल्या कामासाठी?' तेव्हा गंगारामनं दादांचा पारा उतरेपर्यंत खाली मान घातली. मात्र रात्रभर सर्व जातीधर्माच्या मित्रांच्या मदतीनं तीन बैलगाड्यांतून सर्व वैरण घराजवळ आणून ठेवली. सकाळी दादांना ते सर्व पाहून आपल्या भावाबद्दल खूप अभिमान वाटला; शिवाय त्याच्यावर राग काढल्याचा पश्चात्ताप झाला. गंगारामनं

त्याच्या माणुसकीच्या जोरावर अनेक मित्र, प्रेमाची माणसं मिळवल्याचा अभिमान आणि आनंद दादा लपवू शकले नाहीत. दुसऱ्या दिवशी गंगारामच्या सर्व मित्रांसाठी पुरी-गुळवणीचं गोड जेवण ठेवण्यात आलं.

दादांची काही शेती गावाजवळ निमगाव घाणा रस्त्याच्या उजव्या बाजूला, तर डाव्या बाजूला पहिलवानबाबा या प्रतिष्ठित व्यक्तीची जवळपास शंभर एकर शेती होती. पहिलवानबाबा म्हणजे मोठी असामी! एकूण शेती दोनशे एकरांपर्यंत! सोळा बैलांची शेती! अठरा-वीस गायी म्हशींची दावण. दहा-बारा शेतमजुरांचा राबता. नदीच्या बाजूलाच शेती असल्यानं विहीर-पाण्याची सोय. अशा प्रकारे पहिलवानबाबांचा गावात दबदबा होता. ते स्वतः पहिलवान होते आणि गावातल्या आठ-दहा तरुणांना दूध, तूप, अंडी स्वतःच्या खर्चानं पुरवून तालमीत कसरत करायला प्रवृत्त करत. त्यांचा व्यायाम करून घेत. गावातली कुस्ती जिवंत राहावी आणि चांगले पहिलवान तयार व्हावेत या चांगल्या हेतूनं गावातल्या सर्व पहिलवानांवर त्यांचा वरदहस्त होता. अशा या पैलवान बाबांबरोबर दादांचा मावसभाऊ नाथाजी यांचे जमिनीच्या आणि गावातल्या राजकारणावरून मतभेद निर्माण झाले. मतभेदांचं पुढं दुष्मनीत रूपांतर झालं. त्यातच पहिलवानबाबांच्या गायी गोठ्यातून सुटून निमगाव रस्त्याच्या उजव्या बाजूला असलेल्या दादांच्या शेतात घुसल्या आणि पिकांची थोडीफार नासाडी झाल्याचं निमित्त झालं. पिकांचं नुकसान झाल्यानं गंगाराम खूप चिडला. त्यानं पहिलवानबाबाबद्दल अपशब्द काढले. हे सर्व बाबांच्या सालगड्यानं त्यांना सांगितल्यावर पहिलवानबाबा यांनी गंगारामला याबद्दल जाब विचारला आणि चांगलंच फटकारलं. त्यामुळं गंगाराम बाबांच्या विरोधात गेला. पूर्वीचे सलोख्याचे संबंध कमालीचे ताणले गेले. दादांच्या परस्पर गंगाराम आणि नाथाजी यांनी जवळच्या काही मित्रांच्या मदतीनं पहिलवानबाबांवर प्राणघातक हल्ला करण्याचा बेत आखला.

एकदा रात्री पहिलवानबाबा आपल्या नऊ वर्षांच्या मुलाबरोबर घोड्यावर बसून शेताकडून गावात येत होते. वाटेत त्यांना दोरखंडानं घोड्यावरून खाली पाडण्यात आलं. त्यानंतर चौदा-पंधरा जणांनी त्यांना लाठ्या-काठ्यांनी बेदम मारहाण केली. ती पहिलवानबाबांच्या जिवावर बेतली. तेव्हा त्यांना नगरच्या सरकारी दवाखान्यात दाखल करण्यात आलं; परंतु डोक्याला आणि छातीला मार बसल्यामुळं पहिलवानबाबांचा त्यात दुर्दैवी अंत झाला. पहिलवानबाबांना मारहाण होत असताना त्यांचा छोटा मुलगा कळवळून विनंती करत होता की, 'माझ्या बापाला सोडा, त्यांना मारू नका हो.' परंतु त्या लहानग्याचा आक्रोश कुणी ऐकला नाही आणि किरकोळ मतभेदाचं पर्यवसान एका प्रतिष्ठित व्यक्तीच्या खुनात झालं. गावातलं सलोख्याचं वातावरण एकाएकी

बदलून गेलं. गाव दोन गटांमध्ये विभागलं गेलं. गावातल्या, तसंच पंचक्रोशीतल्या कुस्ती क्षेत्राचं प्रचंड नुकसान झालं. कुस्तीवर मनापासून प्रेम करणारा, पहिलवान घडवणारा वस्ताद एकाएकी सर्वांच्या नजरेआड गेला. पहिलवान मंडळींचा तारणहार गेला. भाळवणी गावावर शोककळा पसरली. अपराध घडून गेल्यावर सर्वांची डोकी ठिकाणावर आली. केलेल्या अपराधाबद्दल पश्चात्ताप झाला. गावात पोलीस पथक आलं आणि मारेकऱ्यांचा शोध घेऊ लागलं. त्यामुळं गावातलं वातावरण आणखी तंग झालं. गावात कधी नव्हे एवढी स्मशान शांतता पसरली.

पोलीस पथक कसून तपास करत होतं. घरोघर जाऊन विचारपूस करत होतं; परंतु पहिलवानबाबांवर प्राणघातक हल्ला झाला ते ठिकाण गावाच्या पूर्व दिशेला साधारण एक मैल दूर होतं आणि वेळही रात्रीची होती. शिवाय हल्लेखोरांचे चेहरे मफलर-उपरण्यांनी झाकलेले असल्यानं त्यांची नावं गावातलं कुणीही सांगू शकलं नाही. तथापि पहिलवानबाबांचा मुलगा आरोपींना ओळखू शकेल असा कयास बांधून पोलीस पथकानं तपास सुरू केला; परंतु त्याच्याकडूनदेखील आरोपींची नावं समजू शकली नाहीत. कारण पहिलवानबाबांचा मुलगा नऊ वर्षांचा असूनही समजदार होता. त्याला पुढं दुष्मनी वाढवायची नव्हती, गावात सलोखा ठेवायचा होता. बाप तर गेला, आपला संसार उद्‌ध्वस्त झाला, तशाच प्रकारचं दु:ख इतरांच्या नशिबी येऊ नये असा समंजस विचार करून त्या छोट्या मुलानं एकाही आरोपीचं नाव पोलिसांना सांगितलं नाही. शेवटी पोलिसांनी संशयावरून नाथाजी यांस मुख्य आरोपी केलं आणि त्यांच्या अटकेचं वॉरंट तयार करून आरोपीचा शोध घेण्यास सुरुवात केली.

गावात पोलीस पथक दाखल झाल्याचं समजताच नाथाजी आणि गंगाराम दोघंही पायी चालत नगरपर्यंत गेले. त्यानंतर नगरहून मुंबईला जाणाऱ्या एका माल ट्रकमध्ये बसून आश्रयासाठी थेट दादांकडं भायखळ्याच्या घरी येऊन थांबले. त्यांना अचानक आल्याचं बघून दादांना आश्चर्य वाटलं. विचारपूस केल्यावर गंगारामकडून सर्व वृत्तांत समजला. परिस्थितीचं गांभीर्य दादांच्या लक्षात आलं. दादा आणि पहिलवानबाबा सख्खे शेजारी, दोघांची शेती गावकुसाजवळ होती. गेली पंचवीस वर्षं दोघं एकमेकांना ओळखत होते. दोघं जिवलग मित्र होते. कधी किरकोळ मतभेद नाही की भांडणतंटा नाही. पहिलवानबाबांनी अनेक वेळा शेतीच्या कामासाठी औजारांची मदत केली होती. गावी आल्यावर दादा त्यांच्याबरोबर तास-दोन तास गप्पागोष्टी करायचे. त्यांचा उदार स्वभाव आणि कुस्तीगीरांबाबतचं उत्तरदायित्व यांबद्दल दादा तोंडभरून कौतुक करायचे. दोघंही अनेक वेळा एकत्र बसून जेवायचे. हे सर्व आठवल्यावर दादा भयंकर चिडले. त्यांनी दोन्ही भावांची चांगलीच कानउघाडणी केली. अतिशय कडक शब्दांत त्यांच्या अपराधाची निर्भत्सना केली. 'माझ्याकडं कशाला आलात? पुन्हा गावाला जा

अन् पहिलवानबाबांच्या बायको-पोरांची माफी मागा,' अशा कडवट शब्दांत त्यांनी दोघांना सुनावलं.

'किरकोळ भांडण झालं होतं, तर मला पत्र लिहिलं असतं किंवा निरोप धाडला असता, तर मी पहिलवानबाबांना भेटून वाद मिटवला असता; पण तुम्ही फार मोठा गुन्हा केला आहे. तुम्ही कारण नसताना आगीशी खेळ सुरू केला आहे. आता याचे परिणाम फार वाईट होऊ शकतात. त्यांच्या तालमीतले पहिलवान तुम्हाला गावात फिरू देणार नाहीत. ते सगळे तुमचा कायमचा बंदोबस्त करण्याच्या तयारीत असतील.'

रागानं लालबुंद झालेले दादा आपल्या दोन्ही बंधूंवर आगपाखड करत होते. त्यामुळं हे दोघंही खाली माना घालून शांत बसले होते. दोघांचीही दादांच्या नजरेला नजर भिडवण्याची हिंमत होत नव्हती. थोड्या वेळानं दादांचा राग थोडा शांत झाला. विचार करत दादांनी दोघांना गावाला परत पाठवण्याचा विचार बदलला; कारण गावाला एका बाजूला पोलीस तर दुसऱ्या बाजूला पहिलवानबाबांचं तालीम मंडळ. कुणाच्याही हाती सापडले तर सुटका नाही, हे दादांच्या सुज्ञ मनानं ओळखलं. दोघांचे काळवडंलेले चेहरे बघून दादांचं मन द्रवलं. रक्ताचं नातं आहे म्हणूनच दोघंही आपल्या आश्रयास आले आहेत, हे दादांच्या लक्षात आलं. रात्रीचं जेवण झाल्यावर दोघांची व्यवस्था चाळमालकाच्या एका बंद खोलीत करण्यात आली. चाळमालकाची एक खोली गेले काही महिने बंद होती. तो भाडेकरूच्या शोधात होता. दादांनी ती खोली सहा महिन्यांसाठी ताब्यात घेतली. त्या खोलीची साफसफाई करून गंगाराम आणि नाथाजी यांची झोपण्याची व्यवस्था तिथं केली. खोलीत मोरी नसल्यानं दोघांना लघवी करण्यासाठी ऑईलपेंटचे दोन रिकामे डबे दिले आणि बाहेरून कुलूप लावून दादा आपल्या घरी आले.

आरोपपत्रामध्ये मुख्य आरोपी म्हणून फक्त नाथाजी हेच नाव असल्याचं दादांना समजलं. तो काळ इंग्रजांच्या राजवटीचा असल्यानं सहा महिने आरोपीचा शोध घेऊनही आरोपी सापडला नाही, तर फाईल कायदेशीररित्या बंद केली जात असे. त्यानंतर आरोपीला दोषमुक्त केलं जायचं. ही बाब लक्षात घेऊन दादांनी आठ-दहा दिवसांनी गंगारामला गावाला परत धाडलं आणि नाथाजीला त्या बंद खोलीतच सुरक्षित ठेवून सलग सहा महिने दोन वेळचं अन्न-पाणी खोलीतच पुरवलं. रात्रीच्या वेळी त्याची संडास-लघवी बाहेर नेऊन टाकावी लागे. खोलीत मोरी नसल्यानं टॉवेल ओला करून दररोज ओल्या टॉवेलनं तो अंग पुसायचा. त्यानं कपडे बदलून दिले की ते कपडे धुऊन दादा त्याच्याकडे पोहोच करायचे. असे सर्व सोपस्कार दादांनी सहा महिने सातत्यानं पार पाडले. या सर्व प्रकरणात दादांवर प्रचंड मानसिक ताण आला होता. एका बाजूला रक्ताचं नातं, तर दुसऱ्या बाजूला त्यांच्या जिवलग मित्राचा दुर्दैवी अंत झाला होता.

पोलिसांना सुगावा लागला, तर आरोपी नाथाजीबरोबर दादांनाही सहआरोपी करण्याची शक्यता होती; त्यामुळं या सहा महिन्यांमध्ये दादांना एकदाही शांत झोप लागली नाही. ते दिवसभर कामावर असले तरी मनात पोलीस कारवाईची भीती असायची. नाथाला ठेवलेल्या खोलीत पूर्ण अंधार असायचा. खिडक्या बंद ठेवल्या जायच्या. चाळीत कुणालाही सुगावा लागणार नाही याची काळजी घेतली होती. काही चौकस बायका दादांना डबा घेऊन येता-जाताना बघायच्या. कुणी विचारलंच तर 'खोलीत केमिकलपासून कलर करण्याचं काम सुरू आहे. केमिकलच्या वासानं चाळीतल्या लोकांना त्रास होऊ नये म्हणून कंपनीच्या नियमानुसार आपण खोली बंद करून ठेवतो आणि बाहेरून कुलूपही लावतो,' असं कारण सांगून दादा वेळ मारून नेत. त्यामुळं चाळीतल्या कुणीही त्याबाबत तक्रार केली नाही. बंद खोलीत कदाचित स्वातंत्र्यासाठी लढणारे क्रांतिकारक असतील अशा आदरयुक्त भावनेनंही लोक जास्त चौकशी न करता सहकार्य करत असावेत.

अशा प्रकारे दादांनी सलग सहा महिने नाथाजी या मावासभावाला बंद खोलीत ठेवून त्याची कुणालाही ओळख पटणार नाही याची काळजी घेतली. गावाकडची जवळपास राहणारी पाच-सहा कुटुंबं होती; परंतु त्यांच्यापैकी कुणालाही साधा संशयदेखील येऊ दिला नाही. या काळात दादांच्या स्वतःच्या कुटुंबाची हेळसांड मात्र झाली. दादांची या सर्व प्रकरणातली धावपळ पत्नी पार्वती जवळून बघत होत्या. दादा वेळेवर जेवत नव्हते. कामावरदेखील रजांचं प्रमाण वाढलं होतं. चाळीच्या बाहेर रस्त्यावर पोलीस फिरताना बघितले तरी दादांच्या आणि पार्वतींच्या काळजाचे ठोके चुकायचे. छातीतली धडधड वाढायची. या सर्व घटनांचा पार्वतींच्या मनावर प्रतिकूल परिणाम झाला. त्या सतत चिंताग्रस्त असायच्या. पती घरी येण्याची उशिरापर्यंत वाट बघायच्या. त्यांचं जेवण अर्ध्यावर आलं होतं. त्यामुळं शरीरात अशक्तपणा आला होता. चार-पाच महिन्यांची गर्भवती असूनसुद्धा त्यांचं स्वतःच्या आरोग्याकडं लक्ष नव्हतं. पोलिसांचा ससेमिरा मागं लागण्याच्या चिंतेनं त्यांना ग्रासलं होतं. आपला पती या खुनाच्या खटल्यात नाहक गोवला जाईल आणि आपला संसार उद्ध्वस्त होईल, ही भीती त्यांची पाठ सोडत नव्हती. नवऱ्याबद्दल चिंता वाटत होती; परंतु नवऱ्याला एका शब्दानंही दुखावण्याची त्यांची हिंमत होत नव्हती. दररोज देवाला अगरबत्ती लावून 'सहा महिन्यांचा कालावधी विनापाश पूर्ण होऊ दे,' अशी याचना त्या करत. दादांनादेखील पार्वती यांच्या मनातली घालमेल समजली नाही. ते स्वतः दडपणाखाली असल्यानं पत्नीच्या रोडावलेल्या तब्येतीची जाणीव त्यांना झाली नाही. त्यांच्या स्वतःच्या आरोग्यावरदेखील या घटनेचा परिणाम झाला होता. दादांचंदेखील जेवण कमी झालं होतं. ते स्वतः वेळेवर जेवण करू शकत नव्हते. दिवस-रात्र नाथाजींचीच

काळजी करत असत. दोघंही प्रचंड दडपणाखाली असताना एका रात्री पार्वती बाळंत झाल्या. त्यांना दुसरं कन्यारत्न झालं. त्यांचं नाव 'जनाबाई' ठेवण्यात आलं; परंतु जना तीन महिन्यांची असताना, उलट्या-जुलाबाचं निमित्त होऊन एका रात्री पार्वती यांनी या जगाचा निरोप घेतला. दादांचा सुखी संसार दुःखाच्या दरीत ढकलला गेला. सात वर्षांची गंगू आणि तीन महिन्यांची जना यांचा सांभाळ करण्याची जबाबदारी नशिबी आल्यानं दादांनी मुंबईची नोकरी सोडली. दोन्ही लहान मुली आणि नाथाजींसह दादा आपल्या गावी भाळवणीला आले. मुंबई सोडण्यापूर्वी त्यांनी मुंबादेवीचं दर्शन घेतलं. 'माझ्या हातून काही अपराध घडला असेल तर सांभाळून घे आणि आलेल्या संकटातून मार्ग काढण्याची सद्बुद्धी दे,' असं साकडं त्यांनी देवीला घातलं.

सहा महिन्यांचा कालावधी नाथाजीनं अक्षरशः अंधारकोठडीत काढला. या सहा महिन्यांत त्याला कधी सुखाची झोप लागली नाही. त्यामुळं एक प्रकारे केलेल्या अपराधाची शिक्षाच भोगून झाली होती. अंधारकोठडीतल्या नरकयातना मृत्यूपेक्षाही भयानक होत्या. या सहा महिन्यांत कुणाशी संभाषण नाही, की कुणाची भेट त्याला घेता आली नाही. साधी अंघोळही करता आली नाही. दहा बाय वीसच्या खोलीत येरझाऱ्या मारणं अशक्य व्हायचं. रागाच्या भरात हातून घडलेल्या अपराधाबद्दल पश्चात्ताप व्हायचा. गंगारामची तर झोपच उडाली होती. गावाला आल्यापासून त्याचं जेवणावर, कामधंद्यात कुठंही लक्ष लागत नव्हतं. गावात फिरणं, मित्रमंडळींबरोबर बोलणं, नातेवाईकांकडं जाणं-येणं सगळं बंद झालं होतं. अपराधीपणाच्या दडपणाखाली सतत राहिल्यामुळं त्याचं स्वतःच्या संसारातलं लक्ष उडालं होतं. घरात दोन-अडीच वर्षांची गोंडस मुलगी होती. लाडानं तिचे नाव 'हारुबाई' ठेवलं होतं; परंतु त्या लहानगीबरोबरचा संवादसुद्धा संपला होता. त्यानं स्वतःला घरात कोंडून घेतलं होतं. मनाची घालमेल, डोक्यात विचार आणि ताणतणाव यामुळं तो अबोल आणि अशक्त झाला होता. सतत खाली मान घालून बसायचा. अशा अवस्थेत मनोरुग्ण झालेला गंगाराम नदीच्या पलीकडं असलेल्या शेतात बैल घेऊन काही कामानिमित्त गेला असताना अतिशय जोराचा पाऊस सुरू झाला आणि कापरी नदीला पूर आला. गंगाराम बैल घेऊन पुराच्या पाण्यात शिरला. बैलांचा दोर पकडून पूरातून नदीपार करून अलीकडे आला; परंतु दुसऱ्या दिवशी अंगात ताप भरल्यानं गंगाराम सर्वांना सोडून देवाघरी निघून गेला. त्याच्या मागं त्याची पत्नी छोट्या हारुबाईस दादांकडं सोडून माहेरी निघून गेली, ती पुन्हा कधीच आली नाही. तिच्या माहेरच्यांनी तिचा दुसरा विवाह करून दिला. तथापि गंगारामच्या असे अकाली जाण्यानं दगडूदादा आणि मोठ्या आईला फार दुःख झालं. दादांचा प्रत्येक शब्द प्रमाण मानून त्याप्रमाणे काम करणारा बंधू, दादांना सोडून कायमचा दूर गेला होता.

सहा महिन्यांचा एकांतवास (अज्ञातवास) संपवून नाथाजी गावी आला; परंतु त्याला कुणीही ओळखू शकलं नाही. पाच ते सहा इंच वाढलेली दाढी, डोक्यावर जटांप्रमाणे भासणारे केस, कृश झालेली देहयष्टी यामुळं त्याला घरातली माणसंदेखील सुरुवातीला ओळखू शकली नाहीत. नाथाजीला त्याच्या घरी सुखरूप सोडून दादा घरी आले. आता त्यांच्या मनावरचा ताण हलका झाल्यासारखा वाटत होता; परंतु खांद्यावर स्वत:च्या दोन आणि भावाच्या एक अशा तीन मुलींच्या संगोपनाची वेगळीच जबाबदारी आली होती. दादांच्या बालपणापासूनच संकटांची जणू मालिकाच दादांचा आयुष्यभर पाठलाग करत होती. हलक्या काळजाचा माणूस यात केव्हाच संपला असता; परंतु दादांच्या ठायी पराकोटीचा संयम असल्यामुळं प्रत्येक संकट एक नवीन संधी समजून दादा त्यांस धीरोदात्तपणे तोंड देत होते. दादांची शेती खंडू धनगराचा मुलगा मारुती सुरुसे आणि गंगा सुरुसे हे अतिशय काबाडकष्ट करून प्रामाणिकपणे अर्धा वाटा या हिशोबानं पिकवत होते. दादांची मात्र या तीन लहान मुलींना सांभाळताना दमछाक होत होती. गंगू आणि जना यांची एक मावशी जामगावात होती. एक दिवस तिला भेटून दादांनी जनाला तिच्याकडं ठेवून घेण्याची गळ घातली. तिनं तशी तयारी दाखवली. दादांनी जनाला दुधाकरता एक शेळी घेऊन दिली. त्यानंतर जना शेळीचं दूध पिऊन मावशीच्या कुशीत बालपण घालवू लागली. तिला आईचं दूध मिळालं नाही; परंतु मावशीचं प्रेम मिळालं. दादांची थोडीशी अडचण सोडवण्यास मेव्हणीची मदत झाली.

गंगू सात साडेसात वर्षांची असल्यानं थोडी समंजस झाली होती. आई सोडून गेल्याचं दु:ख तिला सतत आतून काट्यसारखं बोचत होतं; परंतु भावकीतल्या चुलत भावंडांबरोबर खेळताना हे सर्व दु:ख ती विसरत होती. हारू मात्र अडीच वर्षांची, दादांना सतत चिकटून असायची. आई-बाप दोघंही तिला सोडून गेल्यानं दोन्हीही भूमिका दादाच पार पाडत होते. त्यामुळं शेतात जाताना किंवा गावात काही कामाकरता जाताना ती दादांच्या खांद्यावर बसून त्यांच्याबरोबर जायची.

•••

मायेचा सागर – मोठी आई, पार्वती आई

दादांचे मावस बंधू नाथाजी यांना दादांनी सहा महिन्यांपेक्षाही जास्त काळ मुंबईत सांभाळलं आणि त्यामुळंच त्यांना जीवनदान मिळालं होतं. त्यांच्या मनात दादांबद्दल अतिशय कृतज्ञतेची भावना होती. त्यांना दादांचे हाल बघवत नव्हते. दादांनी दुसरं लग्न करावं म्हणून ते गळ घालत होते; परंतु दादा नकार द्यायचे. दादा वयानं मोठे असल्यानं नाथाजी त्यांच्यासमोर जास्त बोलत नसत. त्यांनी त्यांचे दुसरे मावस भाऊ शहजापूरचे सहादू पाटील-म्हस्के यांना निरोप पाठवून बोलावून घेतलं. सहादू पाटील दादांपेक्षा वयानं मोठे असल्यानं त्यांनी दादांना दुसऱ्या लग्नासाठी तयार केलं. निमगाव घाणा या गावची ठकुजी पाटील-जपे यांची मुलगी 'बबई' हिच्यासाठी सहादू पाटलांनी ठकुजी पाटलांशी बोलणी केली आणि लग्न जमवलं.

जेवणाच्या खर्चासाठी दीड मण गहू देऊन दादांचं दुसरं लग्न बबईबरोबर झालं. लग्नाच्या वेळी बबई अवघी १४-१५ वर्षांची असेल. म्हणून ती दादांपेक्षा बरीच लहान दिसत होती. दादा तिला दररोज संध्याकाळी गरमागरम जिलेबी खाऊ घालत. हॉटेलमधून संध्याकाळी पावशेर जिलेबी आणायचा नित्यनेम दादांनी सुरू केला. दादांच्या सर्व मुली आणि पत्नी बबई या सर्वांना गरम जिलेबी खूप आवडत असे.

लग्नानंतर बबईचं नाव पार्वती ठेवण्यात आलं. त्यामुळं बबईला सासरी पार्वती या दादांच्या प्रथम पत्नीच्या नावानंच सर्व नातेवाईक आणि भाऊबंद ओळखू लागले. आमचे चुलते, चुलत्या आणि सर्व चुलत भावंडं आमच्या दादांना 'मोठे बाबा' आणि आईला 'मोठी आई' म्हणून हाक मारत. ज्येष्ठतेच्या सन्मानार्थ त्यांना हा मान मिळाला होता. दादांची दुसरी पत्नी बबई ऊर्फ पार्वती ही अतिशय प्रेमळ, करारी, हजरजबाबी, मेहनती आणि कर्तबगार होती. दादांच्या पहिल्या पत्नीपासून झालेल्या मुली गंगूबाई आणि जनाबाई; तसंच दादांची पुतणी हारुबाई या तिन्ही मुलींना तिनं स्वतःच्या मुलींप्रमाणं सांभाळलं. त्यांना आईचं प्रेम दिलं. लग्न करून सासरी आल्यापासून तिनं घरची शेती, गुरंढोरं सांभाळून दादांचा संसार सावरला. दादांनी नातेवाईक आणि

आप्तेष्टांशी चांगले संबंध प्रस्थापित करून मुलींसाठी योग्य स्थळं शोधली. सगळ्या मुलींचे संसार सुखी होतील याकडं लक्ष पुरवलं.

आम्ही सर्व भावंडं लहान असताना आई सर्वांचा स्वयंपाक म्हणजे ज्वारी-बाजरीच्या भाकरी आणि कालवण अतिशय रुचकर, छान करत असे. तिच्या हातच्या स्वयंपाकाला विशेष चव होती. त्यामुळं जेवताना मन तृप्त होत असे. घरी आलेल्या पाहुण्यांना जेवण केल्याशिवाय पाठवणं अशक्य होतं. सर्वांना ती आग्रह करून वाढत असे. आमच्या आईचे वडील ठकुजी पाटील-जपे हे वृद्धापकाळात आमच्या घरीच राहिले; कारण आमच्या आईच्या हातचं जेवण मिळाल्याशिवाय त्यांचं पोट भरत नसे. आमचे मामा गेणूजी पाटील हे निमगाव घाणा येथील पोलीस पाटील. ते आठवड्यातून एक-दोन वेळा आमच्या घरी येऊन आईच्या हातच्या जेवणाचा आस्वाद घेऊन परत जात. आमच्या दहा-बारा माणसांच्या कुटुंबाचा स्वयंपाक, घराची आणि जनावरांच्या गोठ्याची स्वच्छता, धुणी-भांडी अशी घरातली सगळी कामं झाल्यावर आई शेतातली कामंदेखील आमच्या वाटेकऱ्यांबरोबर करत असे. त्यासाठी आई भल्या पहाटं उठून गाई-म्हशींचं दूध स्वत: काढत असे आणि एका भल्या मोठ्या पातेल्यात दूध तापवून जेवताना आम्हाला नित्यनेमानं वाढत असे. आणि उरलेल्या दुधाचं दही करत असे. मग त्याचं लोणी काढून राहिलेलं ताक गोरगरिबांना मोफत वाटत असे. दुपारी बारा ते एक दरम्यान दररोज आठ-दहा गरीब लोकं आपापली भांडी घेऊन ताक घेण्यासाठी येत असत.

आमच्या आईनं जातपात कधी पाळली नाही. सर्व जाती-धर्मांतल्या गोरगरिबांशी आमच्या कुटुंबाचे सलोख्याचे संबंध होते. आमची आई धार्मिक प्रवृत्तीची असल्यामुळं श्रावणी पोळा, हनुमान जयंती, श्रावणी सोमवार अशा पवित्र दिवशी ती दुकानातून चार-पाच नारळ आणत असे आणि आम्हाला वेगवेगळ्या मंदिरांमध्ये दर्शनासाठी पाठवत असे. तिथं आम्ही नारळ फोडून प्रसाद वाटायचो. आमची आई डॉक्टरांपेक्षा देव-देवऋषींवर जास्त विश्वास ठेवत असे. तिच्या बालपणी माहेरी पाटीलकी असल्यामुळं शिक्षणापेक्षा शेती करणं, गुरंढोरं सांभाळणं यावर तिचा विशेष भर असायचा. तिनं कायम शिक्षणापेक्षा शेतीला प्राधान्य दिलं. लग्नानंतर चार वर्षांनी पार्वतीला दिवस गेले आणि दादांच्या घरात गोरीपान, सुंदर, गुबगुबीत अशा चौथ्या मुलीची भर पडली. तिचं नाव वच्छला असं ठेवलं गेलं. त्यानंतर दोन वर्षांनी पार्वतीनं पुन्हा सुंदर, तुडतुडीत; परंतु रंगानं सावळ्या मुलीला जन्म दिला आणि दादांच्या घरी पाच मुली खेळू लागल्या.

पाचव्या मुलीचं नाव 'सीता' ठेवलं. ईश्वरकृपेनं दादांच्या घरी दर दोन वर्षांनी पाळणा हलू लागला. सीता एक-दीड वर्षांची असताना पार्वतीला पुन्हा दिवस गेले. दादांचं घर त्यांच्या चार आणि भावाची एक अशा पाच मुलींनी भरलेलं होतं. त्यांनी

गावचं कुलदैवत श्री नागेश्वर-महादेवाचं दर्शन घेतलं. हात जोडून साकडं घातलं, 'देवा, माझ्या मुली अतिशय गुणी आहेत. आमचं घर गुण्यागोविंदानं नांदतं आहे. आम्ही सर्व आनंदात आहोत. घरातल्या आणि शेतातल्या कामात मुली मदत करतात; पण आताच्या खेपेला पुत्रप्राप्ती होऊ दे. उजाड वाळवंटासारखा झालेला माझा संसार तुझ्या कृपेनं एखाद्या फुलबागेप्रमाणं फुलला आहे, आता वंशाला दिवा पाहिजे. एखादा पुत्र घरात खेळू दे.'

आमची आईच काय, पण त्या काळी सगळीच माणसं बऱ्यापैकी अंधश्रद्धाळू वृत्तीची होती. त्यामुळं आमच्यापैकी कुणी आजारी पडलं, की देव-देवतांचा अंगारा कपाळावर फासत असे. आमच्या गावातला मांत्रिक म्हणजे बारकू तात्या यांना ती बोलावून आणत असे. मग ते आमच्या हाताची नाडी तपासून काळ्या दोऱ्याची, मंत्रानं भारावून दिलेली दोरी आमच्या गळ्यात बांधत असत. जडीबुटीचं देशी औषधही देत. असं करून ते आम्हाला फार मोठा मानसिक आधार देत असत. ते मोठ्या आत्मविश्वासानं सांगत की, 'बाहेरची लागण आहेत. रात्रीच्या वेळी भाकरी-भाजीचा एक उतारा घराच्या पाठीमागच्या बाजूला नेऊन ठेवा. दोन दिवसांत पोरगा बरा होईल.' आमच्या आईची भोळी श्रद्धा होती. आम्ही त्या किरकोळ आजारातून दोन-चार दिवसांत बरे व्हायचो. आमच्या घराच्या आजूबाजूला आमच्या चुलत भावंडांची चार-पाच घरं होती. त्यांच्या घरीदेखील बारकू तात्याच नाडी परीक्षण करायला येत असे. आम्हा सर्व भावंडांना आणि चुलते-काकांना बारकू तात्या देवासमान वाटायचे. या बारकू तात्यांनी कोणत्याही उपचारांचे कधीच पैसे घेतले नाही. प्रेमानं दिलेला चहा-नाश्ता घेऊन ते मोफत उपचार करत. कितीही वेळा बोलावलं, तरी कंटाळा न करता ते येत आणि उपचार करत. तथापि भाऊ कर्ता-सवरता झाल्यानंतर आईला विरोध न करता बांडे डॉक्टरांना बोलावून आणत असे. त्यामुळं आमच्या घरात कुणी आजारी पडलं की बारकू तात्यांचे आणि बांडे डॉक्टरांचे असे दोन्हीही उपचार सुरू होत. मग गुण कोणाचाही येवो, आम्ही मात्र आजारातून सुखरूप बाहेर येत असू.

आमची आई जुन्या विचारांची जरी असली, तरी फार धाडसी वृत्तीची आणि खंबीर स्वभावाची होती. आम्ही लहान असताना आई पहाटे लवकर उठायची. गायी-म्हशींची वैरणकाडी करायची, त्यांचं शेण घाण काढायची आणि स्वत: म्हशींचं दूध काढून मोठ्या पातेल्यात चुलीवर तापवून आम्हाला जबरदस्तीनं खाऊ-पिऊ घालायची. आमच्या म्हशींनासुद्धा आईच्या हातांची सवय झाली होती. आईव्यतिरिक्त दुसऱ्या कुणालाही दूध काढू देत नव्हत्या. म्हशीदेखील धार काढण्याच्या वेळेस आईची वाट बघायच्या आणि ओरडून जणू आईला आवाज द्यायच्या. आई एक-दोन दिवस परगावी गेली,

तर आमचे भाऊ साडीच्या पदराप्रमाणं डोक्यावर शाल गुंडाळून धार काढायला जात. त्यामुळं म्हशींना धार काढणारी व्यक्ती बदलल्याचं समजाय नाही आणि भाऊदेखील म्हशींच्या तोंडासमोर मला किंवा मधुकर अण्णाला उभं राहायला सांगायचे. म्हशींची धार पूर्ण काढून होईपर्यंत आम्ही म्हशींचा चेहरा प्रेमानं कुरवाळण्याचं काम करत असू. म्हणजे म्हशींना मान वळवून मागं बघू न देण्याची काळजी घेत असू. अशा प्रकारे आईच्या गैरहजेरीत म्हशींच्या कासेतून सहा-सात लीटर दूध सुरक्षितरित्या बादलीत काढून झाल्यावर आम्ही सुटकेचा नि:श्वास सोडायचो आणि एक महान दिव्य यशस्वीपणे पार पाडल्याचा आनंद घ्यायचो. मुके प्राणीदेखील आपल्या पालनकर्त्यांवर अपार प्रेम करतात. नेहमीची माणसं समोर दिसली नाहीत, तर चारा-पाणी घेत नाहीत. दु:खी होऊन रात्रभर हंबरतात, ओरडतात आणि गोठा डोक्यावर घेतात. आजच्या सुशिक्षित, तरुण पिढीनं यातून जरूर बोध घ्यावा.

आईला आमच्या भाऊबंदांमध्ये अतिशय मान मिळत असे; कारण आमचे वडील वयानं सर्वांत मोठे होते. भाऊबंदांच्या घरी एखादं शुभकार्य असंल, की आमच्या आईला बोलावल्याशिवाय त्याची सुरुवात होत नसे. प्रत्येक शुभकार्यातल्या प्रथा आणि अडीअडचणींबाबत आमच्या काकी आईशी सल्लामसलत करून निर्णय घेत. आमची आईसुद्धा ते कार्य पूर्ण होईपर्यंत त्यांच्या घरीच थांबून वेळोवेळी मार्गदर्शन करत असे. अशा वेळी आईला बहुतांश लोक मानाची साडी-चोळी देत.

आमच्या गावात कोणाच्याही घरी मयत झाल्यास त्यांच्या कुटुंबीयांच्या सांत्वनासाठी आई तिकडं धाव घेत असे आणि अंत्यविधी उरकल्यानंतरच घरी येत असे. त्यामुळं गावातली लोकं आईला 'मोठी आई' म्हणत. तिच्या स्वभावात निर्मळपणा आणि स्पष्टवक्तेपणा होता. मनात एक आणि कृतीनं वेगळेपणा असं तिला आवडत नसे. खोटं बोलणाऱ्यांना ती समोर बोलावून फटकारत असे. वागण्या-बोलण्यातल्या सत्यपणामुळं आमच्या आईला उलट बोलण्याची कुणीही हिंमत करत नव्हतं. आई सर्वांशी आपुलकीनं वागत असे. प्रसंगी कुणावर रागावलीच तर थोड्याच वेळात त्या व्यक्तीला आग्रह करून भाजी-भाकरी खाऊ घालत असे. आमची आई घरातल्या आणि शेतातल्या कामांबद्दल दक्ष असायची. सर्व कामं वेळेवर पूर्ण व्हावीत याबाबत ती भाऊंना आणि नानांना सूचना करत असे. एखादं काम ठरावीक काळात पूर्ण न झाल्यास किंवा शेतातल्या पिकांचं काही नुकसान झाल्यास ती अतिशय तिखट शब्दांत सर्वांची कानउघडणी करायची. तिच्या प्रत्येक कृतीतून कौटुंबिक संस्कार दिसून येत असल्यानं आम्ही सर्व भावंडं, आमचं वहिनी मंडळ आणि आमचे नातेवाईक या सर्वांमध्ये तिचा धाक होता. रात्री काळ्याकुट्ट अंधारातदेखील आई खळ्यात एकटी जाऊन ज्वारी, गहू, बाजरीची राखण करत असे.

भाऊ सरपंच असताना सार्वजनिक कामांसाठी नगर-पारनेर इथं जाणं होत असे. तेव्हा भाऊंनी एखादी भाकरी फडक्यात बांधून न्यावी असा आईचा आग्रह असे; परंतु 'दुपारपर्यंत मी परत येणार आहे,' असं सांगून भाऊ तिचा आग्रह टाळत. मात्र भाऊला घरी येण्यास बऱ्याचदा संध्याकाळ होत असे. शिवाय भाऊ हॉटेलमध्ये काही खात नाहीत, हे तिला माहिती असल्यानं भाऊ घरी येईपर्यंत तीही अन्नाला शिवत नसे. आई घरापासून १००-१५० फुटांपर्यंत जाऊन भाऊ आला का ते बघून येत असे. भाऊ येईपर्यंत तिच्या येरझाऱ्या सुरूच असायच्या. अशा वेळी तिची घालमेल बघवत नसे. भाऊ घरी आल्यानंतर मात्र ती त्यांचा अतिशय कडक शब्दांत समाचार घेई. 'दिवसभर उपाशी राहिलास ना? माझं म्हातारीचं आता कोण ऐकतंय? सगळे आपल्या मनाचे मालक आहेत! या घरात माझ्या शब्दाला कुणी किंमतच देत नाही,' असं बोलून मन मोकळं झाल्यावर आई शांत होत असे. भाऊ मात्र शांतपणे हात-तोंड धुत. आईच्या कोणत्याही वाक्यावर कसलीही प्रतिक्रिया न देता ओसरीवर येऊन बसत. आईच्या पुत्रप्रेमाचा त्यांना पूर्ण अंदाज असल्यानं सर्व जण कौलाच्या घरात मांडी घालून जेवायला बसत आणि भाऊंच्यासमोर बसून स्वत:च्या उपस्थितीत ती सर्वांना जेवू घालत असे.

मी मुंबईला नोकरीनिमित्त आलो असल्यानं प्रत्येक महिन्याच्या शेवटच्या शनिवारी गावी जाऊन आईची आणि सर्व कुटुंबीयांची भेट घेऊन रविवारी दुपारच्या बसनं पुन्हा कल्याण-मुंबई असा प्रवास करत असे. १९८५-८६ चा तो काळ. त्या वेळी ना घरी फोन होते, ना खिशात मोबाईल; पण महिन्याच्या अखेरचा शनिवार आला, की आई शेवटच्या कल्याण-नगर बसची वाट बघत घरापासून मुख्य रस्त्यापर्यंत येरझाऱ्या घालत असायची. रात्री आठ वाजता बसमधून मला उतरताना पाहिलं की तिची काळजी दूर व्हायची. घरी जाताना आईच्या चेहऱ्यावरचा तो आनंद मला स्पष्ट दिसायचा.

भाऊ गावातल्या राजकारणात वेगवेगळ्या पदांवर निवडून येतो याचा तिला फार अभिमान वाटत असे; परंतु गावात कुणी भाऊंना त्रास देण्यासाठी षडयंत्र तर करत नाही ना, याबद्दल तिच्या मनात सतत काळजी असायची. घरातल्या लग्नकार्याच्या वेळी घरच्या जात्यावर दळण दळण्याची प्रथा होती. त्या वेळी आई इतर बायकांबरोबर दळायला बसायची आणि आमच्याबद्दल, मामांबद्दल आणि भाऊंबद्दल अतिशय प्रेरणादायी गाणी गायची. त्यांनी गाजवलेल्या शौर्याचा अभिमान त्या गीतांमधून व्यक्त होत असे.

रामा तुझं नाव घेते उठता बसता ग... सईबाई!
माझ्या हदयात रामरायाचा रस्ता ग... सईबाई!

रामा तुझं नाम, जसं गुळावानी ग्वाड ग... सईबाई!
लागुनिया गेलं माझ्या आत्म्याला याड ग... सईबाई!
माझ्या अंगणात घुंगराची गाडी कोणाची थांबली ग... सईबाई?
खिलारी बैलजोडी माझ्या बंधुरायाची ग... सईबाई!
माहेरच्या देवाची गूळ शेरणी वाटील ग... सईबाई!
माझा गं बंधुराया गावचा पाटील ग... सईबाई!
रामावानी लौकिक कोणासी शोभतो ग... सईबाई!
गंगाराम माझा रामराज्यात नांदतो ग... सईबाई!
यशोदेचा कान्हा दही-लोणी चोरीतो ग... सईबाई!
परभाकर माझा-गोकुळात खेळतो ग... सईबाई!
गाऱ्हाण देवांशी घालीते मी नागेशोर भगवंत ग... सईबाई!
पाची पांडव माझे होऊ दे औक्षवंत ग... सईबाई!

आमचा एक चुलत बंधू तालुक्याच्या आठवडे बाजारात मिरच्यांचा व्यापार करत असे. त्याची पत्नी त्याच्याबरोबर दिवसभर उन्हामध्ये उभी राहून त्याला मदत करायची. त्या व्यवसायात दोघंही अतिशय कष्ट करून चांगला पैसा कमवत होते. थकून-भागून घरी आल्यानंतर आमचे चुलत बंधू संध्याकाळी बाहेर जाऊन हातभट्टीच्या दारूचे एक-दोन ग्लास मारून घरी यायचे. एकदा त्यानं थोडी जास्त दारू पिऊन वहिनीला नशेमध्ये शिवीगाळ केली. घरखर्चाला पैसे दिले नाहीत. त्याच्या खिशातून नोटांचं बंडलदेखील कुणीतरी काढून घेतलं होतं. त्यामुळं चिडून त्याची पत्नी आमच्या आईला बोलवायला आली.

"आत्याबाई, तुम्ही घरी चला आणि तुमच्या लेकाला दोन शब्द समजावून सांगा." अशी विनवणी ती करू लागली.

तेव्हा आई म्हणाली, "आता रात्री नको, मी सकाळी येते."

तर वहिनी म्हणाली, "सकाळपर्यंत माझी लेकरं घेऊन मी विहिरीत जीव देईन. असा नवरा मेलेला बरा!"

तिच्या तोंडून असे अपशब्द बाहेर पडल्यानंतर आईनं आधी तिच्या दोन थोबाडीत मारल्या. लेकरांबद्दल आणि नवऱ्याबद्दल वाईट बोललेलं तिला सहन झालं नाही. मग ती चुलत भावाच्या घरी गेली आणि त्याचाही चांगलाच समाचार घेतला. त्यानंतर तो शांत झोपला. घरातलं भांडणही थांबलं. पुढं त्याची दारूही सुटली, ती कायमचीच! अशा प्रकारे पूर्वीची माणसं सख्खे, चुलत असा नात्यांमध्ये भेदभाव करत नव्हते. मर्यादांचं पालन करायचे, ज्येष्ठांचा अनादर करण्याची अथवा त्यांचा शब्द डावलण्याची

हिंमत करत नव्हते. किंबहुना अपराधांची जाणीव झाल्यावर स्वत:बद्दल लाज वाटून ज्येष्ठ व्यक्तींनी योग्य वेळी फटकारल्यामुळं आपण वाचलो, याचा त्यांना अभिमान वाटायचा आणि ज्येष्ठांप्रती कृतज्ञताभाव दृढ व्हायचा.

एकदा आमची सर्वांत मोठी बहीण गंगूबाई, तिच्या लग्नानंतर साधारण एका वर्षानं माहेरी आली. तिचा उदास चेहरा बघून आईनं तिच्या सासरची ख्यालीखुशाली विचारली. 'नवऱ्याला मी पसंत नाही म्हणून त्यांनी मला कायमची माहेरी धाडलीय,' असं तिनं सांगितलं. तेव्हा आईनं तिला दोनच दिवस माहेरी ठेवून घेतलं आणि नंतर पिंपळगाव कौडा या तिच्या सासरच्या गावी तिला स्वत: घेऊन गेली. तिथं शहाजापूरचे सहादु पाटील-म्हस्के आणि जगताप पाटील या जवळच्या नात्यातल्या दोन सद्गृहस्थांसमोर आईनं जावयाला सुनावलं, 'माझ्या मुलीला मी आयुष्यभर सांभाळायला तयार आहे; पण तिच्या पोटात अडीच महिन्यांचा गर्भ वाढतोय. तुम्ही सर्वांनी आम्हाला दोष देऊ नये म्हणून लेकीला तुमच्यासमोर घेऊन आलेय. जर खरंच माझी मुलगी तुम्हाला नांदवायची नसंल, तर आम्ही आल्या पावली परत जातो; पण तुमच्या रक्तामांसाचा गोळा तिच्या पोटात वाढतोय हे लक्षात ठेवा.' त्यानंतर जगताप पाटील आणि म्हस्के पाटलांनी जावयांना प्रेमानं समजावलं. मग त्यांनी आमच्या बहिणीला सासरी ठेवून घेतलं. त्यानंतर तिचा संसार अतिशय सुखासमाधानात, आनंदात सुरू झाला आणि एखाद्या फुलबागेप्रमाणं बहरतही राहिला. अशी जिगरबाज, हिंमतवान होती आमची मोठी आई!

साधारणपणे १९९५-९६च्या दरम्यान आईला अर्धांगवायूचा झटका आला. त्या आधी दोन दिवस तिनं रक्तदाबावरच्या गोळ्या घेणं बंद केलं होतं. अर्धांगवायूमुळं आईनं अंथरूण धरलं. तिला स्वत:च्या पायांवर उभं राहणंही अवघड झालं होतं. तेव्हा मी गावी जाऊन आईला भेटून परत मुंबईला आलो. या आजारातून आई बरी होईल की नाही ही चिंता मला सतावत होती. एक दिवस मी रात्र कॉलेजमध्ये शिक्षक कक्षामध्ये डोळे मिटून शांत बसलो होतो. मनातून मी अतिशय अस्वस्थ होतो. माझी ही अवस्था माझे मित्र प्रा. बावस्कर यांच्या लक्षात आली. त्यांनी माझी विचारपूस केली, तेव्हा मी त्यांना आईच्या आजारपणाबद्दल माहिती दिली. त्या वेळी तीन वनस्पती तेलांचं मिश्रण करून आईच्या पायांना मालीश करण्याचा उपाय त्यांनी मला सुचवला. त्या वनस्पती म्हणजे निरगुंडी, शंखपुष्पी आणि निलगिरी. दिवाळीच्या सुट्टीत या तीनही वनस्पती तेलांचं मिश्रण करून मी दररोज आईच्या पायांना मालीश करू लागलो. हा उपाय रामबाण ठरला आणि आठ-दहा दिवसांत आई काठीच्या आधारानं बाथरूमपर्यंत जाऊ लागली. त्या जीवघेण्या आजारातून आई सावरली आणि आम्हा सर्व कुटुंबीयांना

स्वर्ग हाती आल्याचा आनंद झाला.

आई माझा गुरू, आई कल्पतरू,
सुखाचा सागरू आई माझी,
आई प्रीतीची माहेर,

अशा अनेक शब्दांनी आईचा महिमा गायला जातो. आईच्या चरणांमध्ये स्वर्गसुख आहे आणि सृष्टी रचयितादेखील अनेकदा पृथ्वीवर जन्म घेऊन आईचं प्रेम उपभोगतो.

दि. ३१ ऑगस्ट २००९ रोजी आईला देवाज्ञा झाली. तत्पूर्वी किमान पंधरा ते वीस वर्षं आई गोठ्याच्या बाजूला असलेल्या लोखंडी पत्र्याच्या खोलीत झोपत असे. त्या खोलीतल्या खिडकीतून गोठ्यात बांधलेल्या दहा-बारा जर्सी गायींकडे तिचं सतत लक्ष असायचं. खोलीच्या दरवाजातून अंगणात आलेल्या पाहुण्यांची त्वरित दखल घेणंही त्यामुळं तिला सुलभ होत असे. पाहुणे अंगणात बघितल्याबरोबर ती वहिनींना आवाज देऊन चहापानाची व्यवस्था तत्परतेनं करण्याबाबतचे आदेश द्यायची. मृत्यूसमयी आईचं वय ऐंशी-ब्याऐंशी वर्षं असेल. वृद्धापकाळातला थकवा, सांधेदुखी आणि उच्च रक्तदाब इत्यादी विकारांनी शरीर जर्जर झालेलं असतानाही तिनं कुटुंबावर आपला धाक आणि नियंत्रण कायम ठेवलं. तिच्या आवाजातली जरब आणि स्वभावातला खंबीरपणा यत्किंचितही कमी झालेला कधी जाणवला नाही. तिच्या आजारपणातली शेवटची दोन ते अडीच वर्षं ती अंथरुणावरच होती.

तिचं आजारपण, अंघोळ आणि स्वच्छता इत्यादी सर्व आमची बहीण सीता अक्का आणि कमल वहिनी यांनी अतिशय आपुलकीनं केलं. आम्ही सर्व बंधू कोणतेही वादविवाद न करता एकत्र कुटुंबातून वेगळे झाल्यानंतर साधारण आठ-दहा वर्षं आईचा सांभाळ कमल वहिनी आणि प्रभाकर नाना यांनी केला. भाऊ आणि शांता वहिनी वेळोवेळी लक्ष द्यायचे. मधुकर अण्णा आणि मी नोकरी आणि उद्योगधंद्यानिमित्त बाहेरगावी असल्यामुळं आई गावचं घरपरिवार सोडून आमच्याबरोबर दहा-पंधरा दिवसांपेक्षा जास्त कधीच राहिली नाही. आम्ही प्रत्येक महिन्याला तिला भेटायचो आणि तिच्या औषधपाण्यासाठी एक-दोन हजार रुपये द्यायचो. तिच्या औषधांचा खर्च करून उर्वरित रक्कम ती आमचे मामा किंवा तिच्या सर्व नातवंडांच्या हौसे-मौजेसाठी खर्च करत असे. त्याचा आम्ही कधीच हिशोब ठेवला नाही; कारण आमच्यासाठी आईच्या चेहऱ्यावर दिसणारं समाधान महत्त्वाचं होतं. आपण आईचं हक्काचं 'एटीएम' आहोत, असं समजून तिच्या इच्छा-आकांक्षा पूर्ण करण्यासाठी प्रसंगी आपल्या स्वत:च्या कौटुंबिक आकांक्षांना थोडी मुरड घालण्याची वेळ आली तरी चालेल; परंतु आईच्या चेहऱ्यावरचा आनंद, समाधान शेवटपर्यंत टिकावं याची काळजी घेऊ, असं

अण्णा आणि मी ठरवलं होतं.

मला चांगलं आठवतंय, मी घरी असताना दुपारच्या वेळी सोनाबाई आहेर ही आमची मानलेली मावशी घरी आली होती. आईच्या आणि तिच्या गप्पा मी ऐकत होतो. त्या वेळी माझं वय सतरा-अठरा वर्षं असेल. मावशीनं आईला विचारलं, "बाई, तुझं गावातल्या बँकेत खातं आहे का?" आई 'नाही' म्हणाली. मग मावशी म्हणाली, "अग आपल्या म्हातारपणात कामी पडतील यासाठी महिन्याकाठी चारशे-पाचशे रुपये बँकेत ठेवायचे असतात. आपल्याला पाहिजे तेव्हा बँक परत देते."

तेव्हा आई म्हणाली, "हे बघ सोनाबाई, माझा मधू आणि सुदा हीच माझी बँक आहे. माझे दागदागिने विकून दुष्काळात त्यांना वाढवलंय. त्यांना पाहिजे तेवढं शिकू दे असं भाऊ म्हणतो. शिकून कामाधंद्याला गेले, की म्हातारपणाचा आसरा बनून पोरं लक्ष देतील."

त्यावर मावशी म्हणाली, "अग बाई, तू फार भोळी आहेस, आतापर्यंत शिकून-सवरून मोठं झालेल्यांपैकी एखाद-दुसराच आईबापाकडं लक्ष देतो. बाकी समदे बायकांच्या नादानं बैलासारखे होतात!"

मग आई म्हणाली, "सोनाबाई, त्या एक-दोन पोरांसारखीच माझी पोरं झाली. आन् दोघंबी बदलले; तर त्यांचे संसार सुखाचे झाले म्हणून मला आनंदच वाटंल. माझ्या पाच मुलांपैकी एखाद्यानं लक्ष दिलं तरी बस्स झालं. आपल्या पोटाला तरी असं किती लागतंय? आपल्या मुलांचे सुखी संसार बघून काही न खाताही पोट आपोआप भरतंय. अगदीच उपासमार झाली तर त्यांच्या बापाच्या शेतात चार विहिरी आहेत, त्यातल्या एखादीच्या सोबतीला जाऊन तिच्या कुशीत कायमचं स्थिर व्हायचं; पण पोटासाठी कुणापुढं हात पसरायचे नाहीत."

आईचे ते शब्द माझ्या कानातून खोल काळजापर्यंत जाऊन घट्ट बसले. त्याच वेळी आम्ही ठरवलं, की भविष्यात आईला आनंदी आणि समाधानी ठेवायचं. तिच्या सर्व गरजांची पूर्तता करायची. आईला कधीही दुःखी होऊ द्यायचं नाही.

मला वाटतं सर्वांची आई अशीच असते. लेकरांवर भरभरून प्रेम करणारी. केलेल्या कष्टांचा हिशोब न ठेवणारी. लेकरांच्या आजारपणात रात्र-रात्र जागून काढणारी आणि मुलं मोठी झाल्यावर त्यांच्या सुखी, आनंदी संसारात स्वतः उपाशी असली तरी मनापासून आनंद मानणारी. कारण आईला पर्याय ही स्वतः आईच असते. म्हणून म्हणावसं वाटतं,

मुलांच्या प्रत्येक वेदनेवर औषध असते आई
मुलांच्या प्रत्येक सुखाचं कारण असते आई
चांदण्यांची छाया आणि चंदनाची काया असते आई

मुलांच्या देहातील प्राण असते आई...

•••

रोहोकले परिवाराची वंशावळ :

सावळेराम रोहोकले

तात्याबा [दगडूदादा - पत्नी पार्वती (मोठी आई)] → ४ मुली आणि ५ मुलगे

१) गंगूबाई देवराम ढवळे (मुलगी)
२) जनाबाई गंगाधर तळुले (मुलगी)
३) वच्छलाबाई रामराव येणारे - जहागिरदार (मुलगी)
४) सीताबाई ज्ञानदेवराव कुंडलिक (मुलगी)
५) गंगाराम भाऊ - पत्नी सौ. शांताबाई
६) प्रभाकर नाना - पत्नी सौ. कमलबाई
७) मधुकर अण्णा - पत्नी सौ. मंदानाणी
८) सुधाकरबापू - पत्नी सौ. श्रद्धाकाकू
९) संपतदादा - पत्नी सौ. विजयामावशी

राणू → गंगाराम तात्या → हारुबाई विठ्ठल कदम (मुलगी)

कर्तव्याचा महामेरू – गंगाराम भाऊ!

दादांचं गाऱ्हाणं जणू नागेश्वर महादेवानं मंजूर केलं आणि सीता पुण्यवान ठरली. तिच्या पाठीवर दोन ते अडीच वर्षांच्या अंतरानं दादा-पार्वती यांनी सुंदर, तेजस्वी, गोऱ्यापान पुत्राला जन्म दिला. बघता बघता वार्ता गावभर पोचली. दादांच्या घरासमोर पाण्याच्या पखाली रिचवल्या गेल्या. भावकीतले शेजारीपाजारी, नातेवाईक सर्वांनी पाण्याचे हेल रिचवले. दादा आणि आईचे नातेवाईक बाळाला पाहण्यासाठी गर्दी करू लागले. घरी आलेल्यांपैकी कुणीतरी जाणकारांकडून माहिती आणली, की हा मुलगा म्हणजे दादांचा बंधू गंगाराम, पुन्हा जन्म घेऊन अवतरलाय! हा पुत्र गंगारामचा नावकरी असून त्याचं नाव 'गंगाराम' ठेवा. मागच्या जन्मात अपूर्ण राहिलेलं कार्य तो या जन्मात पूर्ण करेल. हा मुलगा न्यायप्रिय, सत्यवचनी आणि संस्कारी होईल. आईवडील आणि भावंडांकरिता कष्ट आणि त्यांची सेवा करील. त्याच्या हातून समाजाची सेवा घडेल आणि तो गावातल्या गोरगरिबांच्या हृदयावर राज्य करेल. मोठा झाल्यावर तो गावगाडा हाकेल. गावात एकोपा निर्माण करेल. गावाच्या पंचक्रोशीत त्याचं कौतुक होईल आणि मानसन्मान मिळेल. प्रामाणिक नेता मिळाल्यानं त्याला जनतेची साथसोबत लाभेल. मुलाचं भविष्य ऐकून सर्वांनाच आनंद झाला. दादांचा उत्साह तर ओसंडून वाहात होता. दादांनी मिठाई, पेढे मागवले आणि सर्वांचं तोंड गोड केलं. आयाबायांनी पार्वतीला आणि बाळाला गरम पाण्यानं अंघोळ घातली. शेण्याच्या गोवऱ्यांची शेकोटी बाजल्याखाली घालून घरातली हवा उबदार केली.

बाळाच्या जन्मानंतर पाचव्या दिवशी ओटी भरणीचा आणि गोडधोड जेवणाचा सुवासिनींचा कार्यक्रम झाला. बाळाला पाळण्यात ठेवून पाळणा हलवत सुवासिनींनी बाळ शिवबा, कृष्ण, प्रभू श्रीराम, बाल हनुमान, बाल गणेश इत्यादी देवतांच्या पाळणा गीतांचं गायन केलं. घरातल्या या छोट्या पाहुण्याचं स्वागत करत आपला आनंद व्यक्त केला.

पहिल्या दिवशी राजदरबारी आला वंशाला असा खेतरी

बाळ शिवाजी पहिल्या अवतारी जो बाळा जो जो रे जो
दुसऱ्या दिवशी चला मंदिरी केली आरास नानापरी
न्हाऊ घालती दासी सुंदरी, जो बाळा जो जो रे जो
तिसऱ्या दिवशी वाजवली घंटा, साऱ्या नगरीमध्ये आनंद मोठा
उठा बायांनो सुंठवडा वाटा, जो बाळा जो जो रे जो

काही सुवासिनींनी बाळासाठी कमरेची साखळी, सोन्याच्या बाळ्या, सटवाई, पायातले चाळ असे विविध प्रकारचे दागदागिने आणले होते. जवळच्या नात्यातलं सर्व महिला मंडळ एकत्र आल्यामुळं दादांच्या घरी गर्दी जमा झाली होती. घराला मंदिराचं स्वरूप आलं होतं. यात्रेच्या वेळी जशी देवदर्शनासाठी रांग लागते तशा जमलेल्या महिला एकामागोमाग एक याप्रमाणं बाळाच्या पाळण्याकडं जाऊन बाळाचं रूप न्याहाळत होत्या. सर्वांनी बाळाला पाहिल्यानंतर दादांची ज्येष्ठ कन्या गंगूनं बाळाची मीठ-मिरच्या ओवाळून दृष्ट काढली. संध्याकाळी भजनी मंडळाचा कार्यक्रम झाला.

गंगाराम हा दादांचा प्रथम पुत्र असल्यानं त्याच्या संगोपनाची विशेष काळजी घेतली जात होती. त्याच्या खाण्यापिण्यात काही कमी पडणार नाही; परंतु लाडानं मूल बिघडणार नाही याचीदेखील काळजी दादा आणि आई घेत होते. दादांसह सर्व बहिणींनी त्याला 'भाऊ' म्हणायला सुरुवात केली आणि पुढं त्याचं 'गंगाराम भाऊ' हेच नाव रूढ झालं.

भाऊच्या पाठीवर दोन-अडीच वर्षांनी दादा आणि आईंना रघुनाथ नावाचा मुलगा झाला. रघुनाथ गोरापान, भाऊसारखाच रूपवान, बोलका आणि खेळकर होता. तो घरातल्या सर्वांचा फार लाडका होता; परंतु तीन वर्षांचा झाल्यावर किरकोळ आजारानं तो गेला. रघुनाथच्या पाठीवर 'सुमन' ही मुलगी झाली. सुमन चौदा वर्षांची झाल्यावर आजारी पडली. सतत ताप यायचा. डॉक्टरऐवजी देव-देवर्षी करण्यात आईनं वेळ वाया घालवला. मांत्रिक-तांत्रिकांच्या मात्रा सुमनला लागू पडल्या नाहीत. आणि एक दिवस रक्ताच्या उलट्या झाल्या आणि सुमनताईची प्राणज्योत मालवली. सुमन अतिशय गुणवान मुलगी होती. घरकामात आईला, बहिणींना मदत करायची. घरची धुणी-भांडी करायची. बोलायला अतिशय हुशार होती. सर्व लहान भावंडांना रोज अंघोळ घालायची. सुमनला बरं वाटावं म्हणून आई तिला घेऊन नगरजवळच्या मिरावली बाबाच्या पहाडावर गेली. तिथं दोन महिने राहिली. मिरावली बाबाच्या पहाडावर रुग्ण आणि नातेवाईकांची गर्दी असायची. बाबांच्या आशीर्वादानं रुग्ण बरे होतात अशी अंधश्रद्धा त्या काळी लोकांच्या मनात होती: पण सुमनला काही बरं वाटलं नाही, उलट तिचा अशक्तपणा वाढत गेला. शेवटी दोन महिन्यांनंतर सुमनला घेऊन आई पुन्हा

घरी आली. तिचं आजारपण कोणाच्याही लक्षात आलं नाही. खेड्यापाड्यांत तज्ज्ञ डॉक्टर उपलब्ध होत नव्हते. लोकही डॉक्टरपेक्षा इतर गावठी उपायांवर विसंबून राहत. सुमनताई या सर्व परिस्थितीची बळी ठरली. आपल्या कर्तृत्वाच्या गोड आठवणी मागं ठेवून सुमननं जगाचा निरोप घेतला.

सुमनच्या पाठीवर प्रभाकर, मधुकर, सुधाकर आणि संपत अशी अडीच ते तीन वर्षांच्या अंतरानं पुत्रप्राप्ती होत गेली. दादांच्या पदरात एकूण सहा मुली व सहा मुलं परमेश्वरानं घातली. त्यापैकी रघुनाथ व सुमन यांचं अकाली निधन झालं. उर्वरित पाच मुली व पाच मुलगे अतिशय कर्तृत्ववान निपजले. या सर्वांच्या कर्तृत्वाची ओळख स्वतंत्रपणे विषद करणार आहे.

दादांनी ज्येष्ठ कन्या गंगू हिच्यासाठी नगर तालुक्यातील पिंपळगाव कौडा या गावातील मोठी असामी पंडितराव ढवळे पाटील यांचा ज्येष्ठ पुत्र देवराम ढवळे हा वर निश्चित केला. देवराम अतिशय शांत, संयमी स्वभावाचा, उंचापुरा, गोरापान, दिसायला रूपवान होता. त्याला सामाजिक कार्याची आवड होती. देवराम स्वच्छ पांढरा शर्ट, धोतर, टोपी अशा पारंपरिक पोशाखात रुबाबदार दिसत असे. शेतीच्या जोडीला किराणा दुकान, पिठाची गिरणी असे व्यवसाय त्यानं खेड्यात यशस्वीपणे चालवले. दादांना प्रथम कन्येसाठी अतिशय चांगला वर मिळाला. देवराम हा दादांच्या मावस बहिणीचा नातू असल्यानं जुने नातेसंबंध कामी आले. त्यामुळे लग्न जमवताना विशेष अडचण आली नाही. आपल्या लाडक्या कन्येचा विवाह समारंभ स्वतःच्या घरासमोर भाळवणी गावी दादांनी अतिशय आनंदात आणि उत्साहात पार पाडला. पाहुणे अतिशय चांगले, एकमेकांना समजून घेणारे असल्यानं लग्नात दादांनी मुक्तहस्ते खर्च करून पाहुण्यांना कशाचीदेखील उणीव भासणार नाही याची काळजी घेतली.

पुढं देवराम पंडित ढवळे यांनी पिंपळगाव कौडा या गावचं सलग दहा वर्षं सरपंचपद भूषवलं. स्वतःच्या कार्यकर्तृत्वाच्या जोरावर त्यांनी जिल्ह्यातील मोठ्या नेत्यामंध्ये मानाचं स्थान मिळवलं. दादांची द्वितीय कन्या जनाबाई हिच्यासाठी दादांनी निमगाव घाणा येथील गंगाधर तळुले हा वर निश्चित केला. गंगाधर हादेखील जुन्या नात्यातील होता. आईच्या मामाचा मुलगा असल्यानं लग्नात कोणत्याही प्रकारच्या अटी-तटी नव्हत्या. गंगाधरच्या वडिलांची विहिरीच्या पाण्यावर बारमाही पीक देणारी शेती होती. स्वतः गंगाधर दर्दी शेतकरी होता. साडेपाच फूट उंची, गोरापान, प्रभावी नाकडोळे, झुपकेदार मिशा, स्वच्छ पांढरा सदरा, धोतर व डोईवर फिकट पिवळा फेटा अशा रुबाबदार व्यक्तिमत्त्वाचा जावई दादांना मिळाला. पहिल्या पत्नीपासून झालेल्या दोन्ही मुलींना चांगली स्थळं मिळाली होती. दादांनी-आईनं त्यांना सख्ख्या आईची उणीव कधीच भासू दिली नाही. आईनं गंगू, जना आणि हारू यांना स्वतःच्या मुलींप्रमाणं

सांभाळलं. आता मुलींना सासरी सुखानं नांदताना पाहून दोघांनाही अतिशय समाधान वाटत होतं.

या पुस्तकाचं लेखन चालू असतानाच दि. ५ जानेवारी २०२४ रोजी आमची ज्येष्ठ भगिनी सौ. गंगूबाई देवराम ढवळे (वय ९२) हिचं निधन झालं. तिचे पती श्री. देवराम पंडीत ढवळे यांचं वय ९५ वर्षं असून त्यांची प्रकृती चांगली आहे. आमच्या बहिणीचीदेखील प्रकृती चांगली होती; परंतु मृत्यूपूर्वी साधारण एक महिना अगोदर ते दोघंही आमच्या ज्येष्ठ बंधूंना भेटण्यास गावी आले होते. आमचे बंधू गंगाराम भाऊ (वय ७२) आजारी असल्याचं समजल्यापासून आमच्या बहिणीनं तिचा मुलगा सुरेश याच्याकडं हट्टच केला, की एक वेळ तरी मला माझ्या भावाला भेटून येऊ दे! त्यानंतर ढवळे दाजी आणि आमची बहीण खासगी गाडीनं भाऊंना भेटायला आले. भाऊंना आजारी अवस्थेत पाहून ती फार अस्वस्थ झाली आणि खूप रडली. 'माझा भाऊ माझ्यापेक्षा वीस वर्षांनी लहान आहे. नागेश्वरा, त्याच्या नशिबी असं आजारपण कशापायी दिलंस?' असं काहीसं पुटपुटत नागेश्वर महादेवाला ती नवस बोलली. भाऊंच्या तोंडावरून पुन्हा पुन्हा हात फिरवले. स्वतःही रडली आणि घरातल्या सर्व माणसांना रडवलं. भाऊंच्या भेटीनंतर तिच्या घरी पिंपळगावला गेल्यावरदेखील तिचं रडणं काही थांबलं नाही. उलट तिच्या मनाची बेचैनी अधिकच वाढली. तिनं अन्नपाण्याचा त्याग केला. घराच्या ओसरीवर बसून दिवसभर नागेश्वराचं स्मरण करत असे. हळू आवाजात काही तरी पुटपुटत असे. तिची रात्रीची झोपही उडाली. शेवटी पंधरा-वीस दिवसांत तिची प्रकृती अतिशय खालावली. अशक्तपणा वाढला. नंतर तिला अंथरुणावरून उठून बसणंसुद्धा अवघड झालं. शेवटी ईश्वरानं तिच्या आत्म्यास मुक्ती दिली. तिचं गाऱ्हाणं देवानं ऐकलं. बहिणीचं आयुष्य भावाच्या कामी आलं. भाऊंची तब्येत सुधारली, मात्र त्यासाठी बहिणीनं स्वतःचं जीवन त्यागलं. आपल्या सावत्र भावाचं आजारपण सहन न झाल्यानं स्वतःचं उर्वरित आयुष्य ईश्वरसाक्षीनं समर्पित करणारी अशी बहीण आजच्या काळात सापडणं दुर्मीळच!

निर्वाणाअगोदर भाऊबीजेला नेहमीप्रमाणं मी तिच्या घरी साडीचोळी घेऊन गेलो होतो. तेव्हा तिची प्रकृती छान होती. मी तिला दिलेली पाचशे रुपयांची नोट तिनं घडी करून कमरेच्या पिशवीत ठेवली. भावांची आठवण म्हणून आम्ही दिलेल्या नोटा खर्च न करता औषधांसाठी ती कपाटातून दुसऱ्या नोटा काढून मुलाजवळ देत असे. तिच्या मृत्यूनंतर मी दिलेली नोट मंदिराच्या दानपेटीत टाकल्याचं तिच्या मुलानं सांगितलं. असं उदंड व निःस्वार्थी प्रेम होतं आमच्या बहिणीचं. अशी आभाळाएवढी माया करणारी वात्सल्य आणि ममतेची मूर्ती होती, आमची बहीण!

मायेचं साजूक तूप, आईचं दुसरं रूप

काळजीरूपी धाक, प्रेमळ तिची हाक
कधी बचावाची ढाल
तर कधी मायेची उबदार शाल
भरलेलं आभाळ रितं कराया
तिचीच ओंजळ पुढे येई
जागा जननीची भरून काढाया
देवानं निर्मिली आईनंतर बहिणाबाई

स्वतःच्या मुलीपेक्षाही जास्त जीव लावलेली बंधू गंगाराम यांची कन्या हारुबाई हिच्यासाठी दादांनी वर शोधायला सुरुवात केली. तिला पिंपरी जलसेन या गावातलं स्थळ सांगून आलं. दादांच्या भावकीतील सद्गृहस्थ पिराभाऊ नामदेव रोहोकले यांचे नातेसंबंध पिंपरी या गावात होते. त्यांनी दादांना विठ्ठल बाळाजी कदम या मुलाबद्दल सुचवलं. मुलगा शेतकरी, सावळा रंग, नाका-डोळ्यांत तेज, सहा फूट उंची, एखाद्या व्यायामपटूप्रमाणं कष्टानं मिळवलेल्या मजबूत शरीरयष्टीचा! हारुबाईसाठी हा वर दादांना पसंत पडला आणि हारुबाईचा विवाह झाला. सासरी जाताना हारू दादांच्या गळ्यात पडून खूप रडली. आईवडिलांच्या मागं दादांनीच तिला मातापित्याचं प्रेम दिलं होतं. स्वतःच्या ताटातले घास भरवले होते. लहानपणी अंगाखांद्यावर खेळवलं होतं. दादांना सोडून जाण्यास हारूचं मन तयार होत नव्हतं. दादांनादेखील अश्रूंचा बांध थोपवता येत नव्हता. हारूची सासरी पाठवणी करताना दादा-आई दोघंही खूप दुःखी झाले.

हारूचा पती विठ्ठल हा अतिशय उमदा होतकरू होता. चार गड्यांचं काम एकटा करू शकेल अशी हिंमत आणि शरीरयष्टी त्याला लाभलेली होती. त्याला बघून लोक म्हणू लागले, की दादांनी हारूचं कल्याण केलं. जोडा लई छान बघितला. हारुबाई सावळ्या रंगाची, सडपातळ, मध्यम उंचीची; परंतु घर आणि शेतीकामात अतिशय हुशार होती. दादांच्या लाडात जरी वाढली असली, तरी दादांची कडक शिस्त सर्व मुलींना सारखीच होती. मुलींना घडवण्यात दादा-आईनं कोणतीही कसर ठेवली नव्हती. हारूला स्वच्छतेची अतिशय आवड होती. ती घर, भांडीकुंडी, कपडालत्ता सर्वकाही अतिशय स्वच्छ ठेवत असे. दररोज सकाळी नित्यनेमानं अंगणात शेणसडा घालायची. तिची कामाची आवड आणि नीटनेटकेपणा बघून शेजारीपाजारी तिच्या गुणांचं कौतुक करत. विठ्ठलला त्याच्यासारखीच कष्टाळू बायको मिळाल्याचीदेखील चर्चा होत असे. हारू सासरी गेल्यानंतर दादांना खूप उदास वाटत असे. सारखी तिची आठवण यायची. एका महिन्यानंतर दादांनी वडे, पापड, डाळी अशा वेगवेगळ्या गाठोड्यांची पिशवी भरली आणि सकाळी सकाळीच पिंपरीला गेले. तेव्हा दादांना बघून हारूला अत्यंत

आनंद झाला. तिनं घाईघाईनं वडाकांदा, पुरी, गुळवणी हा स्वयंपाक केला. दादा पोटभर जेवले. दुपारी विठ्ठलरावांबरोबर त्यांचा शेतमळा बघायला गेले. हारूदेखील बरोबर निघाली. शेतात गेल्यावर बाजूच्या वस्तीवर दादांना आग्रह करून चहाचं बोलावणं आलं. तिथं ओट्यावर बसल्यावर एक म्हातारी बाहेर आली. हारूनं तिच्या चरणांना स्पर्श केला आणि दादांना म्हणाली, 'या माझ्या चुलत सासूबाई!' लगेच म्हातारीनं प्रश्न केला, 'हे पाव्हनं तुझा बाप हाय ना ग पोरी?' विठ्ठलला थांबवत हारू उत्तरली, 'हे माझं आई आन् बाप दोन्हीबी हायेत!' हारूचं उत्तर ऐकून दादांचं हृदय भरून आलं. म्हातारीदेखील अचंबित होऊन दादांकडं बघत राहिली. मग दादांनीच स्पष्ट केलं, 'ही माझी पुतणी आहे. तिचं आईबाप दोघंबी तिच्या लहाणपणीच वारले. माझ्याकडंच ती लहानाची मोठी झाली.'

दादांनी दिलेल्या उत्तरानं त्या म्हातारीला दादांबद्दल अतिशय अप्रूप वाटलं. ती पुटपुटली, 'पोरी, तू खरं बोललीस हे पाव्हनं तुझं आईबाप हायेत. अग आईबापानं टाकलं, तरी देव असतो ग! त्यो समद्यांवर लक्ष ठेवतो. तुझ्यासाठी ह्यांच्या रूपानं देवच धावून आला म्हणायचा!' नंतर ती दादांना उद्देशून म्हणाली, 'तुमची पोरबी शंभर नंबरी सोनं हाय! उन्हातान्हात कष्ट करतीया. समद्यांशी आपुलकीनं वागतीया. हिच्या रूपानं खूप गुणी सून आम्हाला मिळाली.'

पोरीचं तोंडभरून कौतुक ऐकताना दादा खूप सुखावले होते. बंधू गंगारामदेखील असाच मायाळू, सोशीक स्वभावाचा होता. त्याच्या अंगी असणारे सर्व माणुसकीचे - मायेचे गुण हारूमध्ये जसेच्या तसे उतरलेले दिसत होते. आज शेजारच्या म्हातारीनं त्यावर शिक्कामोर्तब केल्यानं दादा मनोमन अतिशय सुखावले होते. स्वतः मोठ्या कष्टानं पार पाडलेल्या जबाबदारीचं सार्थक झाल्याचं समाधान त्यांच्या चेहऱ्यावर स्पष्टपणे दिसत होतं.

पुढं दोन-तीन वर्षांनी विठ्ठलनं शेतात पत्र्याचं छोटंसं घर बांधलं आणि गायी-म्हशींसाठी कुडाचा एक मोठा गोठा तयार केला. शेतात विहीर-पाण्याची सोय असल्यानं गुराढोरांच्या पाण्याची आणि चाऱ्याची चांगली सोय झाली होती. विठ्ठलचं शेत गावापासून मैलभर दूर होतं. शेताच्या जवळ उंच टेकडी होती. एका रात्री विठ्ठल, हारुबाई, त्यांची लहान लेकरं घरात झोपले असताना दरोडेखोर आले. येताना त्यांनी घरावर दगडफेक केली. पत्र्याच्या घरावर दगड पडल्यानं मोठा आवाज झाला. सर्व जण जागे झाले. विठ्ठलनं हारुबाईला लेकरांना घेऊन सुमारे पाचशे मीटर अंतरावरील थोरातांच्या घरी जायला सांगितलं आणि स्वतः दरोडेखोरांशी मुकाबला करण्याचं ठरवलं. घराच्या मागून पश्चिम दिशेनं दगडफेक सुरू होती. पत्र्यावर अंगणात दगड पडत होते. विठ्ठलनं सांगितल्याप्रमाणं हारुबाई मुलांना घेऊन घाईघाईनं निघून गेली. घराचा

दरवाजा ओढून घराच्या दक्षिण बाजूला असलेल्या दगडाच्या पवळीच्या आडोशाला विठ्ठल थांबला. त्याला दरोडेखोर येताना दिसत होते. घराच्या पश्चिमेकडून अंधारातून बॅटरीचा प्रकाशझोत टाकत चार जण घराच्या अगदी जवळ आले आणि उत्तरेकडून पुढं येऊन घराच्या दरवाजासमोर येऊन थांबले. त्यांच्यातले दोघे घरात शिरले. दोघं लक्ष ठेवण्यासाठी बाहेरच उभे राहिले. एवढ्यात त्यातील एकाला बॅटरीच्या प्रकाशात पवळीच्या बाजूला दबा धरून वाकून उभा असलेला विठ्ठल दिसला. त्यानं हातातला मोठा दगड विठ्ठलच्या दिशेनं भिरकावला. विठ्ठलनं तो दगड चुकवला. पवळीवरचा एक मोठा दगड उचलून दरोडेखोरांच्या दिशेनं नेम धरून पूर्ण ताकदीनिशी फेकला. विठ्ठलनं फेकलेला दगड दरोडेखोराच्या कानशिलावर लागला. तो घराच्या दरवाजासमोर खाली कोसळला. त्याच्या साथीदारानं आवाज देऊन घरात शिरलेल्या दोघांना बाहेर बोलावलं. धोक्याचा इशारा मिळताच क्षणात उरलेल्या तिघांनी त्यांच्या कोसळलेल्या साथीदाराला उचललं आणि ते आल्या दिशेनं घाईघाईनं परत जाऊ लागले.

विठ्ठल स्वत:चं घर वाचवण्यासाठी जीवावर उदार झाला होता. त्यानं पळून जात असलेल्या दरोडेखोरांच्या दिशेनं पुन्हा दगडफेक सुरू केली; परंतु विठ्ठल एकटाच होता. त्या तीन दरोडेखोरांपैकी दोघं साथीदाराला उचलून माघारी पळत सुटले आणि तिसरा विठ्ठलच्या दिशेनं दगडफेक करत धावत होता. विठ्ठलकडे तोंड करून दगडांचा मारा चुकवत विठ्ठलचा मुकाबला करत होता. दरोडेखोरांना पिटाळत जवळपास अर्धा मैल दूरपर्यंत विठ्ठल त्यांच्यावर दगडफेक करत त्यांचा पाठलाग करत होता. त्याचा नेम चुकत नव्हता; परंतु दरोडेखोर अंगावर येणारे दगड चुकवत होते. तशाही स्थितीत विठ्ठलचे काही दगड सावज अचूक टिपत होते. विठ्ठलच्या अचूक माऱ्यानं तिघांचीही डोकी फुटली होती. त्यातून रक्तस्राव होत होता. काही दगड पाठीवर लागले होते. शेवटी त्यांनी आपल्या साथीदाराचं शव खाली ठेवलं आणि चिडून विठ्ठलचा पाठलाग सुरू केला; पण विठ्ठल काही कच्च्या गुरूचा चेला नव्हता! अगदी कसलेल्या योद्ध्याप्रमाणं वेगानं धावत काही अंतर पार केल्यावर पटकन थांबून तो दरोडेखोरांवर दगडफेक करायचा. शेवटी घाबरून दरोडेखोर पळून गेले. जाताना आपल्या साथीदाराची कुणाला ओळख पटू नये म्हणून त्याचं शीर कापून धड तिथंच टाकून दरोडेखोर अंधाराचा फायदा घेऊन पळून जाण्यात यशस्वी झाले. विठ्ठलनं दरोडेखोरांच्या विरोधात सुरू केलेलं हे 'युद्ध' जवळपास अर्धा-पाऊणतास सुरू होतं. एकट्या विठ्ठलनं चार दरोडेखोरांना पळता भुई थोडी करून सोडली होती. त्याच्याबरोबर आणखी एखादा साथीदार असता, तर त्यानं एकही दरोडेखोर जिवंत जाऊ दिला नसता, असं विठ्ठल अभिमानानं सांगायचा.

दुसऱ्या दिवशी ही वार्ता गावभर पसरली. दरोडेखोराचं शव बघायला गावकऱ्यांनी गर्दी केली. गावातल्या बुजुर्ग व्यक्तींनी आणि पुढाऱ्यांनी विठ्ठलचं तोंडभरून कौतुक

केलं. विठ्ठलनं दाखवलेल्या शौर्याबद्दल सर्व गावाला आनंद झाला. गावात पोलीस आले. त्यांनी शिर छाटलेल्या दरोडेखोराच्या शवाचा पंचनामा केला. विठ्ठलचा जाबजबाब घेतला. स्वसंरक्षणार्थ विठ्ठलनं केलेल्या प्रतिकारात दरोडेखोर ठार झाला असल्यानं विठ्ठल निर्दोष सुटला. अशाप्रकारे दादा-आईचा तिसरा जावई विठ्ठल हा पराक्रमी आणि शौर्य गाजवणारा ठरला. दादांना आपल्या जावयाचा अतिशय अभिमान वाटला. त्यानंतर अनेक वर्षं जवळचे पै-पाव्हणे एखाद्या कौटुंबिक सोहळ्यात एकत्र आले, की दादा त्यांच्या आवडत्या विठ्ठलाची शौर्यकथा सर्वांना मोठ्या अभिमानानं सांगत असत.

दादांची तिसरी आणि घरातली चौथी कन्या वच्छलाबाई ही गोरीपान, मध्यम उंचीची, नाकी-डोळी दिसायला सुंदर होती. दादा-बाईंनी आता वच्छलासाठी रायतळे या गावचा रामराव येणारे-जहागीरदार हा वर पसंत केला. रामराव हे मध्यम उंचीचे आणि शिडशिडीत अंगयष्टीचे होते. त्यांना परिसरातील लोकं 'जहागीरदार' या नावानं ओळखत. शंभर-सव्वाशे एकर शेतजमीन, विहीर, बागायत, उसाचं गुऱ्हाळ, चार खिलारी बैल आणि आठ-दहा गायी-म्हशींची दावण अशी त्यांची मिळकत होती. घर उंचावर असल्यानं सहा-सात पायऱ्या चढून जावं लागायचं. धाब्याचा, खणाचा मजबूत वाडा, गुरं-ढोरं, येणाऱ्या-जाणाऱ्यांना त्यांच्या गर्भश्रीमंतीची जाणीव करून देत असे. रामरावांना माणसांची, पै-पाव्हण्यांची फार आवड होती. त्यामुळे पाव्हणा घरी आला की दोन-चार दिवस पाहुणचार केल्याशिवाय परत जाऊ देत नव्हते. वच्छलाच्या लग्नासाठी दादांनी पिराच्या मळ्यातली एक एकर जमीन विकून उसनवारीवर घेतलेल्या दोन हजार रुपये कर्जाची परतफेड केली. लग्न अतिशय थाटामाटात केलं; परंतु लग्नात दिलेली भांडी पसंत न पडल्यानं रामरावांमधला जहागीरदारपणा उफाळून आला. अद्वातद्वा भाषा वापरून दादा आणि मामांचा त्यांनी अपमान केला आणि नवरीला घेऊन त्यांच्या गावी रायतळ्याला निघून गेले. बहिणीच्या लग्नात बालवयातच सर्व जबाबदारी पेलणाऱ्या गंगाराम भाऊच्या डोळ्यांतले अश्रू थांबत नव्हते.

रामराव येणारे म्हणजेच आमचे दाजी तसे स्वभावाने दिलदार होते; परंतु दारूच्या नशेत वच्छला आक्काला मारहाण, शिवीगाळ असा विक्षिप्तपणा ते करायचे आणि दुसऱ्या दिवशी सर्व विसरून पुन्हा प्रेमानं वागायचे. वच्छला आक्का स्वयंपाक आणि आणि घरातली इतर सर्व कामं सांभाळून दोन-चार मजुरांच्या मदतीनं शेतातली सर्व कामं दाजींच्या अनुपस्थितीत व्यवस्थितपणे सांभाळत होती. रायतळे या गावी भैरवनाथाचं भव्य मंदिर आहे. चैत्र शुद्ध पौर्णिमेच्या दिवशी वाळवणे आणि रायतळे या गावांमध्ये मोठी यात्रा भरत असे-आजही भरते. यात्रेला बहुतांश शेतकरी बकरं कापून जत्रा साजरी करतात. सर्व नातलगांना आमंत्रण देऊन खास मटणाचं जेवण देतात. रामराव

जहागीरदारांची जत्रा म्हणजे किमान चाळीस-पन्नास पाहुण्यांना जेवण असायचं. दोन बोकडं कापून भाळवणीच्या नाट्य मंडळाचा नाट्यप्रयोग गावकऱ्यांसाठी ठेवण्याची प्रथा रामरावांनी सुरू केली होती. नाट्य मंडळातील तीस-चाळीस कलाकार खास ट्रकमधून जायचे आणि रामरावांच्या पाहुण्यांबरोबर मटणाच्या जेवणाचा पाहुणचार घेऊन रामरावांचं कौतुक, स्तुती करत पुन्हा आपल्या गावी परतायचे. रामरावांच्या घरच्या गुऱ्हाळातली काकवी आणि गावरान गुळाची ढेप जवळच्या सर्व नातेवाईकांना दरवर्षी घरपोच मिळत असे. अशाप्रकारे रामराव जहागीरदार यांच्या उदारपण आणि माणुसकीबद्दल सर्व नातेवाईकांमध्ये प्रशंसात्मक चर्चा व्हायची.

दादा-आईची चौथी कष्टाळू मुलगी सीताबाई हिच्यासाठी दादांचे शहाजापूरचे मावसभाऊ सहादू पाटील यांनी सुपे या गावचं स्थळ सुचवलं. ज्ञानदेवराव पिराजी कुंडलिक असं मुलाचं नाव. पंधरा एकर शेती, विहीर बागाईत, वडील मुंबईला नोकरी करत होते. त्यामुळं त्यांची आर्थिक परिस्थती चांगली होती. ज्ञानदेव यांचा मोठा भाऊ तुकाराम हे मुंबईच्या फुलबाजारात फुलांची आडत चालवत होते. ज्ञानदेव गावाकडील फुलांची खरेदी करून ते मुंबईला पाठवत असत. अशाप्रकारे ज्ञानदेव हे गावी शेती सांभाळून शेवंती, झेंडू इत्यादी फुलांचा व्यापार चांगल्या पद्धतीनं करत होते. दादांना आणि बाईंना त्यांच्या सीतासाठी हा वर पसंत पडला. गव्हाळ वर्ण, सहा फूट उंची, धारदार नाक, काळेभोर डोळे, स्वच्छ पांढरा कुर्ता, पातळ धोतर, डोक्यावर पांढरी स्वच्छ इस्त्रीची टोपी या पोषाखात ज्ञानदेवांचं व्यक्तिमत्त्व अधिक रुबाबदार भासत असे. सीता अतिशय कष्टाळू, घरकाम आणि शेतीकामात अतिशय हुशार होती. तिच्या लग्नात आर्थिक अडचण आल्यानंतर दादांनी दोन बिघा जमीन दोन हजार रुपयांना विकली आणि त्यांच्या लाडक्या सीताबाईचा विवाह अतिशय धूमधडाक्यात पार पाडला. वच्छलाबाई आणि सीताबाईच्या लग्नात तेरा चौदा वर्षांचा गंगाराम एकटाच धावपळ करत होता. दादांना दोन्ही डोळ्यांचं ऑपरेशन करूनही नीट दिसत नव्हतं. त्यामुळं लहान वयात गंगारामवर फार मोठी जबाबदारी आली होती. सीताबाईची सासरी पाठवणी करताना आईला फार दुःख झालं. काही केल्या तिचे अश्रू थांबत नव्हते. दादांनाही फार दुःख झालं होतं. सर्व मुलींना दादांनी तळहाताच्या फोडाप्रमाणं सांभाळलं होतं. त्या मुली आता दादा-आईला सावलीप्रमाणं सांभाळत होत्या. सीता तर कामात अतिशय वाकबगार होती. तिच्या जाण्यानं आईचा हात मोडल्यासारखं झालं. आईला प्रत्येक कामात अडचणी येत होत्या. गवताचे भारे आणणं, गोठ्यातील जनावरांचं शेण काढणं, घरातील दोन वेळचा स्वयंपाक करणं, दळण दळून आणणं इत्यादी सर्व कामं आठ-दहा वर्षांपासून मुलीच करत होत्या. त्यांनी आईला कामाला हात लावू दिला नव्हता. आता सर्व मुली सासरी सुखाचा संसार करत होत्या. आई आता एकटी पडली

होती. घरातील सर्व कामांची जबाबदारी तिच्या एकटीवर आली होती. पाच मुलं, शेतातले मजूर या सर्व माणसांचा मिळून जवळपास दहा व्यक्तींचा स्वयंपाक, गुराढोरांचा चारापाणी, शेतीची कामे इत्यादी व्यापातून आईला अजिबात फुरसत मिळत नव्हती. घरातल्या कामात छोटा गंगाराम थोडीफार मदत करायचा. गावात जाऊन गिरणीतून दळण आणणं, घरातील कचरा काढणं, गाई-म्हशींना चारा-पाणी करणं इत्यादी कामात आता गंगाराम भाऊ मदत करत होता. त्याला काम करताना बघून आईला अतिशय आनंद होत असे. गंगारामला पोटाशी कवटाळून ती त्याचे पटापट पापे घेत असे.

छोट्या गंगारामला दूध आवडत नव्हतं. आई त्याच्यासाठी सकाळी गव्हाचा शिरा अथवा गव्हाचा चिक तयार करून त्याला द्यायची; परंतु तेही गंगाराम कधी आवडीनं खात नव्हता. ज्वारीची भाकरी आणि कडधान्यांची उसळ तो आवडीनं खात असे. त्याला अंडी, मटण, चिकण वगैरे मांसाहारी जेवणसुद्धा कधी आवडीनं खावंसं वाटत नव्हतं. त्यामुळं त्याचं शरीर सडपातळ दिसायचं. त्याच्या काळजीपोटी आईनं त्याला कधी मुलांच्या गर्दीत खेळायला जाऊ दिलं नाही, की नदीवर पोहायला. तथापि गंगाराम नियमित शाळेत जात असे. तो आता सातवीत शिकत होता. बारा-तेरा वर्षं वयाचा मुलगा; परंतु अतिशय हुशार, आज्ञाधारक आणि अभ्यासू! शाळेतला सर्व शिक्षकांचा आणि मुख्याध्यापकांचा आवडता! मुख्याध्यापक भां. द. ठुबे गुरुजींनी त्याला 'आदर्श विद्यार्थी' म्हणून चांदीचं पदक देऊन जाहीर कार्यक्रमात गौरवलं होतं. पहिलीपासून तो सतत प्रथम क्रमांकानं पास होत असे. सातवीच्या परीक्षेत तर तो केंद्रात प्रथम आला; परंतु आई-दादांनी त्याला शेती कसण्याची जबाबदारी दिली आणि त्याचं पुढील शिक्षण बंद केलं. गंगारामचं शिक्षण बंद करताना त्यांना अतिशय दुःख झालं. त्यांना दुसरा पर्याय सापडत नव्हता. कारण घरात एकूण पाच भावंडं. गंगाराम सर्वांत मोठा. दादांना डोळ्यांनी पाच फुटापेक्षा जास्त अंतरावरील वस्तू दिसत नव्हती. दादा शेतात काम करू शकत नव्हते. स्वयंपाक, लहान मुलांचं न्हाणं-धुणं, दळण, गुरा-ढोरांचा चारा-पाणी यातच आईचा दिवस जात होता. घरातली आणि शेतातील कामं सांभाळण्यासाठी गंगारामशिवाय हाताशी दुसरं कोणीही नव्हतं. गंगारामचं पुढील शिक्षण बंद केल्याबाबतची खबर इतर मुलांमार्फत मुख्याध्यापक भां. द. ठुबे गुरुजी यांच्यापर्यंत पोहोचली आणि दुसऱ्याच दिवशी ते, आढाव गुरुजी, मेहेर गुरुजी आणि हायस्कूलचे मुख्याध्यापक दादांना भेटण्यासाठी घरी आले. सर्वांनी दादांना विनंती केली, की गंगाराम अतिशय हुशार मुलगा आहे. शिक्षण घेऊन पुढं गेला तर पंचक्रोशीत तुमचं नाव झळकेल! डॉक्टर, इंजिनिअर अथवा कलेक्टर होईल एवढी गुणवत्ता त्याच्यात आहे. त्याला थांबवू नका. त्याचं शिक्षण पूर्ण होऊ द्या! दादा शांतपणे गुरुजींचं बोलणं ऐकत होते. ते बोलणं दादांना पटत होतं. मुलाबद्दल अभिमानानं ऊर भरून येत होता.

गंगारामलादेखील आपले आवडते गुरुवर्य आपल्यासाठी आपल्या घरी आल्याचं पाहून खूप आनंदी झाला होता. आता त्यांच्या तोंडून आपली स्तुती ऐकून त्याचा आनंद गगनात मावत नव्हता.

गुरुजींना चहा-नाश्ता दिल्यावर दादांनी गंगारामला गुरुजींसमोर बोलावलं व म्हणाले, 'त्यालाच विचारा काय ते!' मुख्याध्यापकांनी प्रश्न केला, 'गंगा, तुला तुझं पुढील शिक्षण पूर्ण करायचं आहे ना?' गुरुजींचा प्रश्न ऐकून गंगाराम शांतपणे बोलू लागला, "गुरुजी माझे वडील (दादा) आता म्हातारे झाले आहेत. त्यांना दूरचं दिसतही नाही. आईला एकटीला कामं आटोपत नाहीत. माझ्यानंतर चार लहान भाऊ आहेत. आमची शेती पडीक होईल. वाटेकरी ठेवून शेती केली, तर कूळकायदयात जाईल असं आई म्हणते. माझ्या वृद्ध आईवडिलांना माझाच काय तो आधार आहे. त्यांना या वयात योग्य विश्रांती देणं मला आवश्यक वाटतं. आईवडिलांची चाळीस एकर शेती सांभाळून ठेवणं गरजेचं आहे. आमच्या मोठ्या कुटुंबाला शेतीचाच एकमेव आधार आहे. आमच्या कुटुंबात कामधंद्याला दुसरं कोणी नाही. गायी-म्हशींच्या दुधावर आणि शेतीमधून पिकवलेल्या अन्नधान्यावर आमचा खर्च आणि उदरनिर्वाह होतो.

मी शाळेत गेलो तर लहान भावंडांना शिकता येणार नाही आणि शेती पिकवली नाही, तर कुटुंबाची उपासमार होईल. गुरुजी, मला माफ करा; परंतु मोठ्या भावाच्या शिक्षणासाठी लहान भावंडांचं शिक्षण थांबवायचं आणि वृद्ध माता-पित्यांची उपासमार होऊ द्यायची, हे वातावरण मला शिक्षणात एकाग्रता लाभू देणार नाही. मी एकटा शिकण्यापेक्षा माझ्या चार भावांचं शिक्षण पूर्ण झालं, तर मी शिक्षण सोडल्याचं वाईट वाटणार नाही. गुरुजी, तुम्ही माझ्या वडिलांची आणि कुटुंबाची अवस्था स्वतः डोळ्यांनी बघितली आहे. आता माझ्या भावंडांच्या शिक्षणाकडे कृपया लक्ष द्या. मी त्यांना दररोज शाळेत पाठवेन. तुम्ही माझ्यावर खूप प्रेम केलंत, म्हणूनच मी केद्रांत प्रथम क्रमांक मिळवला. तुम्ही दिलेले संस्कार माझ्याबरोबर आहेत. स्वतःच्या शिक्षणासाठी लहान भावंड, वृद्ध माता-पित्यांकडं दुर्लक्ष कसं करू?" गुरुवर्य अवाक् होऊन फक्त ऐकत होते.

गंगारामचं म्हणणं त्यांना मनोमन पटलं होतं. सर्व गुरुजींच्या डोळ्यांत अश्रू जमा झाले होते. परत जाताना गंगारामचे विचार त्यांच्या कानात घुमत होते. 'अतिशय संस्कारी मुलगा. पुढं शिकला नाही, तरी नाव कमवणार!' एवढं एकच वाक्य कातर स्वरात ढुबे गुरुजी बोलले आणि रुमालानं डोळे पुसत उठले.

रमणभाई तांबोळी दादांची शेती कसणारा जुना वाटेकरी दहा-पंधरा वर्षं त्यानं दादांची शेती चौथ्या हिश्श्यानं केली; परंतु आता रमणभाईचं वय झालं होतं. त्यामुळं त्यानं दादांची शेती करण्यास नम्रपणे नकार दिला. त्यानंतर दादांनी गंगारामच्या मदतीला

त्यांच्या नात्यातले पळशी या गावचे गणपत (आप्पा) शिंदे, त्यांची पत्नी जनाबाई या जोडप्यास वाटेकरी म्हणून आणलं. त्यांच्या राहण्याची व्यवस्था केली. पळशीचे आप्पा शेतीकामात अतिशय हुशार होते. प्रामाणिक होते. त्यांची पत्नी जनाबाईदेखील कष्टाळू आणि प्रामाणिक होती. या जोडप्याच्या मदतीनं गंगारामनं शेती कसण्यास सुरुवात केली. शेतकरी मासिकाचं वाचन करून गंगारामनं शेतीत वेगवेगळे प्रयोग राबवले. त्यामुळे अल्पावधीतच गंगारामची सुधारित शेती फळाला आली. तालुक्याचे शेतकरी अधिकारी पिकं पाहण्यासाठी येऊ लागले. गंगारामला मार्गदर्शन करू लागले.

गंगारामला आता गावातील लोक 'गंगाराम भाऊ' म्हणून संबोधू लागले. घरातील भावंडांमध्ये मोठा असल्यानं त्याला घरातील सर्व 'भाऊ' म्हणूनच हाक मारत असत. शेतीमध्ये प्रामाणिक कष्ट आणि सुधारित प्रयोग यांचं चांगलं फळ मिळत होतं. पळशीच्या आप्पांना चांगला वाटा मिळत असे. तर उर्वरित अन्नधान्यानं दादांचं घर भरून जात असे.

गंगाराम भाऊंचे मामा गेणूजी ठकुजी जपे-पाटील हे भाळवणीपासून दोन मैलांवर निमगाव धाणा या गावचे पोलीस पाटील होते. ते मोठ्या अभिमानानं बोलत, की भाऊ म्हणजे पाच पांडवातील मोठा आणि इमानदार 'धर्मराज' आहे. मामा दर बुधवारी आठवडे बाजाराच्या निमित्तानं भाळवणीला यायचे. भाऊंच्या चांगल्या कामाचं तोंडभरून कौतुक करायचे. काहीवेळा भाऊला मार्गदर्शन करायचे. भाऊंनी, दादांनी किंवा आईनं निरोप धाडताच मदतीसाठी हजर होत असत. कोणत्याही कामासाठी मामाच पुढाकार घेत असत. दादांची आदरयुक्त भीती त्यांच्या मनात कायम असायची.

एक दिवस त्यांनी भाऊंच्या लग्नाबाबत दादा आणि आईशी चर्चा केली आणि कामरगाव ता. नगर येथील दगडू ठोकळ यांची कन्या शांता हिच्याबरोबर भाऊंचा विवाह झाला. भाऊ साधारण सतरा वर्षांचा असताना १९६९मध्ये विवाह पार पडला. विवाहाची वेळ सायंकाळी सातची होती. भाऊंच्या विवाहासाठी नऊ बैलगाड्यांनी वऱ्हाड कामरगावात मुक्कामी गेलं. लग्न-समारंभानंतर पाहुण्यांनी भात-आमटी व लापशीचं जेवण दिलं. दुसऱ्या दिवशी सकाळी न्याहारीसाठी पिठलं-भाकरीसाठी साहित्य पुरवलं. परतीच्या प्रवासात दुपारी पिंपळगाव कौडा इथं ढवळे दाजींनी वऱ्हाड वळवून पुरी-भाजी आणि गुळवणीचं जेवण देऊन वऱ्हाडी मंडळींची बडदास्त ठेवली. एकंदरीत शुभकार्य गरिबीत; परंतु आनंदी वातावरणात पार पडलं. आणि शांताबाई पहिली सून म्हणून घरात आली. शांता घराकामात आणि शेतीकामातही हुशार होती. दादा-आईची तिनं चांगली सेवा केली. त्यांना वेळेवर चहा, नाश्ता, जेवण देणं, अंघोळीला पाणी देणं, घरातील सर्वांचा स्वयंपाक, धुणी-भांडी सर्व कामं ती आपुलकीनं करू लागली. त्यामुळं दादा-आईही शांताला मुलीप्रमाणं सांभाळायचे. प्रसंगी आईला काही सूचना

देऊन शांताला घरात कशाची उणीव भासणार नाही याची काळजी दादा घ्यायचे. आईला घरकामात मदत व्हायची, त्यामुळं आईदेखील शांताला प्रेमानं सांभाळत असे. आपल्याला फार गुणवान सून मिळाली याबद्दल दादांना फार समाधान वाटत असे.

महाराष्ट्रात १९७२मध्ये भयानक दुष्काळ पडला. या संकटात शेतकऱ्यांना जनावरं विकावी लागली. कुटुंबांच्या उदरनिर्वाहासाठी काही शेतकऱ्यांनी गाव सोडलं. जिथं दुष्काळी कामं चालू आहेत तिथं स्थलांतर केलं. त्या वेळी गंगाराम भाऊ अवघा वीस वर्षांचा होता. घरात वृद्ध आईवडील, लहान भावंडं या सर्वांच्या तोंडात अन्नाचा घास जावा, त्यांची उपासमार होऊ नये म्हणून भाऊ स्वत:ची बैलगाडी घेऊन सुमारे पाच किलोमीटर अंतरावरील चोपाळ्याच्या डोंगरावरून डबर भरून नगर-जुन्नर रस्त्यावर भरलेली गाडी खाली करण्याचं काम करू लागला. तथापि त्या कामातून मिळणारी अल्पशी मजुरी सर्व कुटुंबाची भूक भागवण्यास कमी पडू लागली. दुष्काळात एकवेळ अशी आली, की घरातलं सर्व धान्य संपलं. दुसऱ्या दिवसाची सोय करणं आवश्यक होतं. जवळच्या नात्यांमध्ये ढवळे दाजींची परिस्थिती चांगली होती. घरातील धान्य संपल्यामुळं एक दिवस भाऊ पिंपळगाव कौंडाला गेला. मेव्हणे देवराम ढवळे यांना त्यानं दोन पोती ज्वारी किंवा बाजरी उसनवारीनं देण्याची विनंती केली. त्या वेळी ढवळे दाजींनी स्पष्ट शब्दांत नकार दिला. भाऊंना अतिशय वाईट वाटलं कारण ढवळे दाजींकडं तो फार मोठ्या अपेक्षेनं गेला होता. त्यांच्या घरात वीस-तीस पोती धान्यसाठा शिल्लकही होता. स्वत:चा मार्ग स्वत: शोधण्याची हिंमत भाऊच्या अंगी यावी, अशी शिकवण देण्याचाही उद्देश दाजींच्या या नकारामागं असावा. प्रतिकूल परिस्थितीस सामोरे गेल्याशिवाय विकासाची दिशा स्पष्ट होत नाही. त्यानंतर निराश मनानं भाऊ नगरला गेला. तेथील ओळखीचा आडत्या राजमल श्रीमल चेंगाडिया यांना भेटला. दोन क्विंटल धान्य उधार मागण्याचं धाडस होत नव्हतं. भाऊ दहा मिनिटं नुसतंच त्या आडत्याच्या मागून फिरत राहिला. तेव्हा व्यापाऱ्यानं फिरत असताना विचारलं, "गंगाराम काही अडचण आहे का?"

भाऊंनी उत्तर दिलं, "दोन पोती बाजरी हवी आहे; पण पैसे नाहीत." त्या व्यापाऱ्यानं ताबडतोब उधारीवर धान्य दिलं. त्यामुळं ऐन दुष्काळात फार मोठा दिलासा मिळाला. संध्याकाळी दोन क्विंटल बाजरी घेऊन आनंदी चेहऱ्यानं भाऊ घरी परतले. दादा-आईनं विचारलं, 'ढवळे पाहुण्यांकडून बाजरी आणलीस?' भाऊनं होकारार्थी मान डोलावली आणि हातपाय धुण्याच्या निमित्तानं विषय टाळून बाजूच्या ओट्यावर जाऊन बसले. दुसऱ्या दिवशी पुन्हा बैलगाडी घेऊन चोपाळ्याच्या डोंगरावर डबर भरण्याकरता बैलांची वैरणकाडी करू लागले.

आदल्या दिवशीचा थकवा असताना भर उन्हात भाऊ डबर भरणीची कामं

करत होता. भुकेनं व्याकूळ झाल्यानं भोवळ येऊन भाऊ बैलगाडीतच आडवे झाले. त्याच्या सर्वांगात ताप भरला. भाऊ खोल गेलेल्या आवाजात पाणी मागत होते; परंतु आजुबाजूला पाणी तर नव्हतंच आणि पेलाभर पाणी देण्यासाठी चिटपाखरूदेखील नव्हतं. मात्र भाऊंचे बैल हुशार होते. त्या संकटग्रस्त परिस्थितीचं ज्ञान त्या मुक्या जिवांना आलं असावं. त्यांनी भाऊ गाडीत झोपलेल्या अवस्थेत असताना गाडीवानाविना थेट घरापर्यंत जवळपास पाच-सहा किलोमीटर अंतर बैलगाडी आणली आणि अंगणातल्या कडुनिंबाच्या सावलीत येऊन थांबवली. गाडी, बैलांना बघून आई धावतच बाहेर आली. भाऊला घामानं डबडबलेलं, तापानं फणफणलेलं पाहून तिनं मदतीसाठी आरडाओरड केली. आजूबाजूचे लोक धावले. त्यांनी भाऊला गाडीतून घरात सावलीत घेतलं. बैलांना गोठ्यात बांधून सर्व जण घरात भाऊकडं धावले. कुणीतरी डॉक्टरला घेऊन आलं. आईनं भाऊंचं डोकं, अंग ओल्या टॉवेलनं पुसून थंड केलं. त्याला थंड लिंबू सरबत पाजलं. त्यानंतर भाऊ थोडे शुद्धीवर आले. डॉक्टरांनी तपासून चार दिवसांची औषधं दिली आणि आठवडाभर आराम करण्याचा सल्ला देऊन डॉक्टर निघून गेले. ते म्हणतात ना, 'देव तारी त्याला कोण मारी?' भाऊंच्या पाठीशी हजारो गोरगरिबांचे आशीर्वाद, शुभेच्छा अशा रूपानं होत्या, असं म्हटल्यास अतिशयोक्ती होणार नाही.

गंगाराम भाऊ आजारी पडल्याची बातमी संध्याकाळपर्यंत गावभर झाली. शेजारीपाजारी, मित्रमंडळी, भावकीतील मंडळी भेटायला येऊ लागली. छोटंसं पत्र्याचं घर माणसांनी भरू लागलं. कुणी मंदिरात जाऊन महादेवाला प्रार्थना करत, तर कोणी खंडोबाचा भंडारा आणून कपाळावर लावत होतं. काही जण घरात, तर काही बाहेर लिंबाच्या सावलीत ओट्यावर बसून भाऊंच्या तब्येतीची चिंता व्यक्त करत होते. कुणी बैलजोडीचं कौतुक करत होतं. धन्यावर आलेलं संकट ओळखून भर उन्हात त्या मुक्या प्राण्यांनी बैलगाडी सुखरूप घरापर्यंत आणली आणि आपल्या धन्याचा जीव वाचवला, याची चर्चा करून लोक समाधान व्यक्त करत होते. भाऊ मात्र अस्वस्थ होते. त्यांच्या चेहऱ्यावर तणाव दिसत होता. काम बंद करून आठवडाभर घरी राहावं लागणार होतं. मग सर्व कुटुंबाला काय खाऊ घालायचं? याची चिंता त्यांना भेडसावत होती. कारण ते एकटेच कमवणारे होते. त्यांच्यापेक्षा लहान भाऊ प्रभाकर केवळ चौदा वर्षांचा होता. तो गायी-म्हशी सांभाळत होता; परंतु रस्त्यावर डबर भरण्याइतपत तो मोठा झालेला नव्हता. भाऊंची चिंता आईच्या लक्षात आली. त्यांना धीर देत ती म्हणाली, "माझी पाणपोत आणि इतर दागदागिने घरात आहेत. तू काळजी करू नकोस. माझ्या लेकरांपेक्षा दागिने महत्त्वाचे आहेत काय? तुम्हा सर्वांना वर्षभर पोसण्याएवढे पैसे येतील, तोपर्यंत पाऊस येईल. पीक तयार होईल. दुष्काळ काय कायम राहणार नाही!"

आई भाऊंना समजावत असताना चुलत बंधू साहेबराव घरी आला. त्यानं भाऊंना

समजावलं आणि वडिलकीच्या भावनेतून म्हणाला, "गंगाराम तू एवढी कशाची काळजी करतोस? सर्व काही ठीक होईल. दुष्काळ काय कायमचा राहणार आहे काय? तू माझा धाकटा भाऊ आहेस, मी राहुरी विद्यापीठात विहीर खोदण्याचं कंत्राट घेतलंय. त्यात तुला भागीदार म्हणून घेतो. तब्येत ठीक झाल्यावर माझ्याबरोबर चल. तू कमी काम केलं तरी चालेल. जोडीदार आपल्या गावचेच आहेत. तू फक्त हिशोबाचं काम केलंस तरी चालेल. बाकी सर्व मी सांभाळतो. मोठी आई, तू गंगारामची काळजी करू नकोस. मी त्याला सांभाळून घेईन. आठवड्यातून एकदा भेटायला येऊ."

तब्येतीला थोडा आराम मिळाल्यानंतर भाऊंनी राहुरीला जाण्याची तयारी केली. ज्वारीचं पीठ, मसाले, मीठ, मिरची इत्यादी वस्तू घेऊन भाऊ तयार झाले. डोक्यावर टिकाव, खोरं, घमेलं, कपड्यांची, बिछान्याची वळकटी, दोन पायल्या पिठाची पिशवी आणि इतर वस्तूंचं गाठोडं घेऊन भाऊ साहेबराव यांच्याबरोबर राहुरी विद्यापीठात पोटाची खळगी भरण्यासाठी निघाले. बहीण-भावंडांच्या डोळ्यांतून अश्रू वाहत होते. विहिरीच्या कामासाठी गावातील काही तरुण कामगार होते. त्यापैकी शिवाजी रामभाऊ रोहोकले, पढंरीनाथ कांगुणे हे भाऊंचे जवळचे मित्र असल्यानं कामाच्या ठिकाणी स्वतःचं मन गुतंवण्यास मदत झाली. घरच्या आठवणींवर फुंकर घालता आली. घरापासून दूर गेल्यामुळं भाऊंचं मन थोडं उदास झालं. त्यांना आईनं कधी नदीवर अंघोळ करायलादेखील जाऊ दिलं नव्हतं. त्यामुळं भाऊ कामासाठी घरापासून दूर जाताना झालेलं दुःख आई-दादांनी मोठ्या मुश्किलीनं त्यांच्या काळजात कोंडून ठेवलं.

भाऊला निरोप दिल्यांनतर मात्र आई-दादांना दुःख आवरता आलं नाही. त्यांच्या अश्रूंचा बांध फुटला. दोघंही बराच वेळ घरासमोरील ओट्यावर बसल्या जागी खाली मान घालून अश्रू ढाळत राहिले. भाऊ राहुरीला गेले, तेव्हा त्यांचा पाठचा बंधू प्रभाकर चौदा वर्षांचा होता. त्याला भाऊनं समजावणीच्या सुरात सांगितलं, 'दादांची आणि आईची काळजी घे. गायी, म्हशी, शेळ्या आणि बैलांचं चारापाणी वेळेवर करत जा.' दुःखी अंतःकरणानं प्रभाकर नाना होकारार्थी मान डोलावत होता. भाऊंचा विरह त्याला सहन होत नव्हता.

राहुरी विद्यापीठात मोठमोठ्या विहिरी खोदण्याचं काम सुरू झालं होतं. त्यातील एका विहिरीचं काम साहेबराव आणि भाऊ करत होते. विहिरीत काम करत असताना पहिल्याच आठवड्यात भाऊ खाली गुडघाभर पाण्यात उतरला. विहिरीतल्या कपच्या आणि गाळामध्ये रुतलेला येड्या बाभळीचा टोकदार काटा भाऊच्या पायात आरपार शिरून वर आला. भाऊला असह्य वेदना झाल्या. पायाची आग होऊ लागली. बंधू साहेबरावांनी पायातला काटा उपटून काढला. त्यातून बराच रक्तस्राव झाला. बरोबरच्या कामगारांनी झाडपाल्याचं देशी औषध देऊन जखम बरी केली. तसंच भाऊंना विहिरीच्या

कामात सर्वांनी सांभाळून घेतलं. विहिरीवरचे सर्व कामगार विहिरीच्या बाजूला तयार केलेल्या मुरूमाच्या ओट्यावर मुक्काम करत असत. त्यांचं जेवण म्हणजे भाजी-भाकरी, ते स्वत: करत होते. भाऊंना स्वयंपाक करता येत नव्हता. तथापि ही जबाबदारी पंढरीनाथ आणि शिवाजी यांनी घेतली. जवळपास एक वर्षभर हे काम चाललं होतं. या सर्व कालावधीत तात्पुरता निवारा करून ऊन-पावसापासून थोडंफार सरंक्षण करता आलं. दिवसभर कष्टाची कामं करून नंतर स्वत:च्या हातानं स्वयंपाक करायचा आणि उघड्या मैदानात पथारी टाकून चांदण्यांच्या छायेत आणि चंद्राच्या शीतल प्रकाशात आकाशाचं पांघरूण अंगावर घ्यायचं. ईश्वरावर जिवाचा हवाला सोपवून धरणीमातेच्या कुशीत मुक्काम ठोकायचा. हा अतिशय खडतर जीवन प्रवास करत भाऊंसह सर्वांनी महाभयंकर दुष्काळावर मात केली.

विहिरीच्या कामाचा हिशोब ठेवण्याचं काम भाऊंकडं सोपवण्यात आल्यानं प्रत्यक्ष कष्टाचं काम भाऊंना इतरांपेक्षा कमी करावं लागलं. तसं त्यांना इतरांनी कामात सांभाळूनही घेतलं. भाऊंचं हस्ताक्षर चांगलं होतं. ते जन्मत:च बुद्धिमान होते. सातवीच्या परीक्षेत केंद्रात प्रथम क्रमांकानं पास झाले होते. त्यामुळं शासकीय कार्यालयाशी संबंधित कामं, अर्ज, विविध कामांचे हिशोब इत्यादी कामांत ते अतिशय निपुण होते. भाळवणी येथील पाझर तलावात सत्तर ते ऐंशी शेतकऱ्यांची जमीन संपादित करण्यात आली. त्याचा मोबदला पाच वर्षांपर्यंत शेतकऱ्यांना न मिळाल्यानं भाऊंनी सर्व शेतकऱ्यांसह पारनेरच्या तहसीलदारांशी संपर्क साधून लेखी निवेदन, तद्नंतर आंदोलन, घेराव आणि कॉ. बाबासाहेब ठुबे यांच्या मार्गदर्शनानुसार सर्वांना त्यांच्या शेतीचा मोबदला मिळवून दिला. तेव्हापासून भाऊंची गावातील शेतकरी व कष्टकऱ्यांचा नेता अशी नवीन ओळख निर्माण झाली.

तालुका स्तरावरदेखील कॉ. बाबासाहेब ठुबे यांचा एक प्रामाणिक, सज्जन युवा कार्यकर्ता म्हणून लोक भाऊंना ओळखू लागले. भाळवणी गावपरिसरातील कष्टकरी कामगार आणि शेतकरी त्यांच्या विविध समस्या घेऊन भाऊंना भेटण्यास येऊ लागले. त्यातील कुणाला बँकेत खातं उघडायचं असेल, कुणाला विहिरीवर इलेक्ट्रिक पंप बसवायचा असेल, कुणाचं तलाठी, ग्रामपंचायत, पंचायत समिती अथवा तहसील कार्यालयाशी संबंधित काम असेल, कुणाला निर्वाह भत्ता मंजुरीसाठी मदत हवी असेल तर कोणाला शासनाच्या अनुदानातून विहीर अथवा दुभत्या गायी-म्हशींसाठी अनुदान हवं असेल यासाठी त्यांना भाऊंची मदत घ्यावीशी वाटे. या सर्वांना भाऊ स्वखर्चानं मदत करत. त्यामुळं त्या निष्पाप आणि भोळ्या माणसांना भाऊ म्हणजे 'आपला माणूस' वाटत असे. काही शेतकऱ्यांची बांधावरून होत असलेली भांडणं अथवा भावांमध्ये वाटण्यांवरून होणारे तंटेदेखील निवाड्यासाठी भाऊंकडं येऊ लागले. गावातील

प्रत्येकाला भाऊ म्हणजे विश्वासाचा खास माणूस वाटू लागला. भाऊंनादेखील विश्वास आणि प्रेम मिळवण्यासाठी भरपूर वेळ खर्ची घालावा लागला. त्यासाठी सतत धावपळ करावी लागली. प्रचंड कष्ट करावे लागले. विशेष म्हणजे न्यायनिवाडा करताना सतत सत्याच्या बाजूनं उभं राहावं लागलं. असत्याला स्पष्ट शब्दांत समज देण्याचं अवघड काम करावं लागलं. त्यामुळं काही वेळा जवळच्या माणसांची नाराजी पत्करावी लागली. गावातील शेतकऱ्यांची कामं करत असतानाच भाऊंनी कॉ. बाबासाहेब ठुबे यांच्याबरोबर 'अखिल भारतीय कम्युनिस्ट पक्षा'चं काम करण्यासही सुरुवात केली.

भाऊंना समाजकार्याचं बाळकडू त्यांचे मावस चुलते कॉ. नानाजी कृष्णाजी पाटील यांच्याकडून बालवयातच मिळालं. त्यांचा आशीर्वाद आणि प्रेरणा मिळाल्यानं भाऊंनी रास्ता रोको, घेराव, मोर्चा अशा विविध आंदोलनांमध्ये सक्रिय सहभाग घेतला. पुढे कॉ. नाना पाटील यांच्या निधनानंतर त्यांचे ज्येष्ठ चिरंजीव बबनराव पाटील यांचं भरपूर प्रेम आणि सहकार्य मिळाल्यानं भाऊंचं नेतृत्व बहरत गेलं. गावातील ज्येष्ठ कार्यकर्ते कॉ. तुकाराम पाटील आणि धोंडीभाऊ खरमाळे हे आठवड्यातून किमान एक दिवस घरी येऊन भाऊंबरोबर बैठका घ्यायचे आणि कम्युनिस्ट पक्षाच्या ध्येयधोरणांबाबत चर्चा-मसलती करायचे. त्यातून भाऊंची विचारांची योग्य बैठक तयार होऊन नेतृत्वात कणखरपणा आला. भाऊंचं वक्तृत्व आणि अभ्यास चांगला असल्यानं वेगवेगळ्या गावांमध्ये जाऊन कार्यकर्त्यांच्या बैठका आणि सभांमध्ये भाषणं देण्याची संधीदेखील वरिष्ठांकडून मिळत असे. याच कालावधीत भाऊंनी गावातल्या तरुण मित्रांच्या मदतीनं 'गणेश तरुण नाट्य मंडळा'ची स्थापना केली. याकामी नंदुनाना रोहोकले, आबा काशिनाथ रोहोकले, भ. ग. झावरे गुरुजी, बाबाजी सबजी चेमटे, आप्पा ठाणगे, डॉ. सुरेश शिंदे, तानाजी बबनराव रोहोकले, नानासाहेब रोहोकले, संजय आबाजी रोहोकेले, भाऊसाहेब चेमटे, शिंदे टेलर, तात्या भोसले, रघुनाथ आंबेडकर, बबनराव डावखर, भाऊसाहेब शिंदे इत्यादी अनेक कार्यकर्ते जोडले गेले. दरवर्षी गणेशोत्सवानिमित्त गणपतीची सजावट आणि नाट्य मंडळाच्या नाटकाचा प्रयोग, पूजा-अर्चा, मिरवणूक, मराठी सिनेमा अशा भरगच्च कार्यक्रमांचं आयोजन करण्यात येऊ लागलं. हे कार्यक्रम मोफत असत. नाट्यमंडळातले सर्व कलाकर हे गावातील असल्यानं त्यांना कोणत्याही प्रकारचं मानधन दिलं जात नसे. गावातील नागरिकांच्या वर्गणीतून हे खर्च भागवले जात. गणेश मंडळाच्या कार्यकर्त्यांची जिद्द, चिकाटी आणि कष्ट यातून भाऊंना चांगल्या विचारांचे मित्र आणि सहकारी लाभले. भाऊंच्या सहवासात त्यांच्या विचारांनी प्रेरित झालेली कार्यकत्यांची एक भक्कम फळी तयार झाली. भाळवणी गाव आणि पंचक्रोशीत भाऊंना लोक 'भावी सरपंच' म्हणून ओळखू लागले. कार्यकर्त्यांचं प्रेम एवढं लाभलं, की भाऊ समाजाकरता नगर, पारनेर येथे जात असत आणि भाऊंचे कार्यकर्ते घरी येऊन

प्रभाकर नानांना मदत करत असत. शेतीची रखडलेली कामं कोणताही मोबदला न घेता पूर्ण करत असत. उदाहरणार्थ एका रात्रीत चार-पाच एकर शेतात पाणी भरणी करणं, एका रात्रीत तीन-चार एकर ज्वारीची काढणी करणं, एका रात्रीत चार-पाच एकर शेताची नांगरणी अथवा कुळवणी करणं इत्यादी. मशागतीची कामं एखाद्या यंत्राप्रमाणं एका रात्रीत झालेली पाहून सर्वांनाच आश्चर्याचा धक्का बसत असे. एवढं प्रेम गावात दुसऱ्या कुणाच्या वाट्याला आलेलं आतापर्यंत पाहण्यात आलं नव्हतं.

भाऊंचं निःस्वार्थी समाजकार्य पाहून आई-दादांना फार समाधान वाटत असे. आपल्या जन्माचं सार्थक झालं. जन्मोजन्मी असाच पुत्र आमच्या पोटी जन्माला येऊ दे, अशी भावना आई-दादांच्या मनात येत असे. भाऊंचे मामा गेणूजी पाटील जपे हे दर बुधवारी निमगावहून आठवडे बाजाराच्या निमित्तानं भाळवणीला येत असत. घरी येऊन भाऊंच्या समाजकार्याबद्दल विचारपूस करत असत, माहिती घेत असत. भाऊंचं तोंडभरून कौतुक करत असत. आवश्यक तिथं मार्गदर्शन करत असत. याच कालावधीत गावातली वयस्कर कारभारी मंडळी भाऊंना स्वतःच्या घरी जेवणाकरता निमंत्रित करत आणि भाऊंच्या सामाजिक कार्याचं कौतुक करत. भाऊंनी भविष्यात गावाचं नेतृत्व करावं, असा वडिलकीच्या नात्यानं आग्रह करत. त्यामध्ये प्रामुख्याने दत्तूभाऊ रोहोकले, अर्जुन मल्हारी रोहोकले, गवराम माधव रोहोकले, भाऊ गेणू रोहोकले, सावळेराम भुजबळ, रखमाजी भुजबळ, सबाजी चेमटे, तुकाराम पाटील, रंगनाथ डावखर, रामा नाना रोहोकले, विष्णू कारभारी, बबनराव पाटील, पिराभाऊ रोहोकले, सोनाबाई आहेर, तोडमल साहेब इत्यादींचा समावेश होता. गावातली गोरगरिबांसाठी भाऊ झपाटल्यासारखा धावपळ करत होता. भाऊंच्या कार्याची वार्ता गावातील विरोधकांपर्यंत पोहोचत होती, राजकीय विरोधकांमध्ये त्या काळी मुरलीदादा रोहोकले आणि केरूभाऊ रोहोकले हे गावातील प्रमुख नेते होते. त्यांनी गंगाराम भाऊंना गृहीत धरलं होतं. त्यांना निवडणुकीच्या वेळी आपल्याकडं घेऊ अथवा निवडणुकीतून माघार घ्यायला भाग पाडू, असा तर्क बांधून विरोधक शांत आणि निर्धास्त होते.

१९७४ हे वर्ष आमच्या कुटुंबाकरता संकट घेऊन आलं. वर्षाच्या सुरुवातीलाच जानेवारी महिन्यात दादा रस्त्यावर पाय घसरून पडले. त्यामुळं खुब्याचं हाड आणि सांध्याला दुखापत झाली आणि दादा अंथरुणावर आडवे झाले. जवळपास सहा महिने सेवा केली. वैद्य, डॉक्टरांनी उपचार केले. सीता आक्का, प्रभाकर नाना व मधुकर अण्णा यांनी दादांना तेलानं मालीश केली. त्यांना दररोज अंघोळ घातली. त्यांचं मलमूत्र काढून स्वच्छतेची काळजी घेतली. दादांचं वय पंच्याहत्तर पूर्ण झालेलं. विविध प्रकारचे उपचार, मालीश वगैरे करूनही दादांचा सांधा काही बरा झाला नाही आणि १९ जून १९७४ रोजी सायंकाळी सहा वाजता दादांना देवाज्ञा झाली. त्या वेळी टेलिफोन, मोटार

कार, मोटार सायकल इत्यादी सुविधा उपलब्ध नव्हत्या. तथापि भाऊंचे जिवाभावाचे कार्यकर्ते मदतीला धावून आले. नंदू नाना, आबाजी, पांडू तात्या यांनी सायकलवर स्वार होऊन सुपा, कामरगाव, पिंपळगाव, रायतळे, पिंपरी, जलसेन इत्यादी ठिकाणी प्रत्यक्ष जाऊन दु:खद घटनेबाबत कळवलं. दादांच्या मुली गंगूबाई, जनाबाई, हारुबाई, वच्छला, सीता बैलगाडीनं पोहोचल्या. आईच्या आणि भाऊंच्या गळ्यात पडून रडत होत्या. त्या सर्वांना दु:ख सहन होत नव्हतं. भाऊ आणि प्रभाकर नानांना तर काहीच सुचत नव्हतं. सुखी कुटुंबाचं छत्र हरपलं होतं. मायेचा आणि सुरक्षिततेचा आधार तुटला होता. एखादा वटवृक्ष भयाण वादळात उन्मळून पडावा आणि त्याच्या छायेचा आधार घेऊन एकमेकांना बिलगून बसलेले कच्चे-बच्चे क्षणात निराधार व्हावेत, अशी अवस्था दादांच्या कुटुंबाची झाली होती.

दादांच्या कडक स्वभावाचा, खरेपणाचा आणि प्रामाणिकपणाचा दबदबा भावकीत, गावात सर्वांना परिचित होता. त्यामुळं थोड्याच अवधीत दादांच्या भावकीतले चुलत भाऊ, भावजया, पुतणे, पुतण्या सर्व जमा झाले आणि 'मोठे बाबा' 'मोठे बाबा' अशा हाका मारून धाय मोकलून रडू लागले. दरम्यान गावातल्या प्रतिष्ठित मंडळींनी अंत्यविधीची तयारी सुरू केली. रात्री दहाच्या सुमारास शेकडो माणसं दादांच्या अंत्यविधीस उपस्थित होते. सर्व जातीधर्मात दादांची जवळची मित्रमंडळी होती. दादा आजारी असताना ही सर्व मंडळी येऊन आपुलकीनं चौकशी करत होती. दादा बरे व्हावेत म्हणून ईश्वराची प्रार्थना करत होती. विशेषत: धनगर समाजातले लक्ष्मण बाचकर, लिंबाजी काका, मारुती सुरुसे, मुस्लीम समाजातील शेखलालभाई, रमणभाई, हुसेनभाई, लालूभाई, माळी समाजातील भाऊसाहेब भुजबळ तात्या, शिवराम भुजबळ, चोंभूतचे माळी काका, महार समाजातील वामन दादा पटेकर, पिरता पटेकर, रामा पटेकर असे जवळचे लोक वारंवार घरी येऊन दादांची काळजी घेण्याविषयी आर्जवं करत होते. ही सर्व मंडळी दादांच्या अंत्यविधीस हजर होती. महार समाजातील पिरता पटेकर डोळ्यांतील अश्रू पुसत स्वत:चा अनुभव बाजूला बसलेल्या वामनदादांना सांगत होता, "दगडूदादांना एकदा मी माझ्या शेतातलं गवत काढण्यासाठी कुळव अन् बैल मागितलं. 'उद्या सकाळी घेऊन जा' असं दादा म्हणाले. दुसऱ्या दिवशी सकाळी सकाळीच दादांची मुलगी निमगावहून आली अन् दादांना म्हणाली, 'दादा तुमच्या जावयानं खळं शिपलं आहे, त्यासाठी बैलजोडी न्यायचीय. खळं नीटनेटकं लावलं गेलं पाहिजे म्हणून मला माहेरी धाडलंय. दोन दिवसांसाठी बैलजोडी न्यायचीय.' दादांनी स्वत:च्या लेकीला बैलजोडी न देता मला आदल्या दिवशी दिलेला शब्द पाळला. दादा शब्दाचे असे पक्के होते. स्वत:च्या मुलीला दादांनी बजावलं, 'पिरतानं मला तुझ्याआधी बैल मागितलं, आज त्याचं काम होऊ दे, उद्या तू बैलजोडी घेऊन जा.' अशी दादांची कडक शिस्त

होती.” कवी गुरू ठाकूर यांच्या काव्यपंक्तीत म्हटलंच आहे,

करून जावे असेही काही, दुनियेतून या जाताना
गहिवर यावा जगास साऱ्या निरोप शेवटचा देताना

दादांच्या सर्व मुली दादांचा वरवरचा कडक स्वभाव, आतून नारळातल्या खोबऱ्यासारखा मऊ, गोड आणि प्रेमळ असल्याचं एकमेकींना सांगत होत्या. एकदा गोणी भरून भुईमुगाच्या शेंगा डोक्यावर घेऊन पायी प्रवास करत दादा गंगूबाईच्या घरी पिंपळगावला सात-आठ मैल गेले होते. हारुबाईला प्रत्येक वेळी सासरी जाताना चाळीस-पन्नास रुपये दादा देत असत. मुलांची सकाळची शाळा असल्यानं पहाटे लवकर उठून दादा चार-पाच शिळ्या भाकरी चुरून त्यात चहा, दूध ओतून पोरांना खाऊ घालत असत. सुधाकर व्यायाम करायचा, कुस्ती खेळायचा, याचा दादांना अतिशय आनंद होत असे. आजूबाजूच्या गावांच्या यात्रेतल्या आखाड्यात कुस्ती खेळायला जाताना आजारपणात मुलींनी आणि पाहुण्यांनी त्यांना दिलेले पैसे जपून ठेवत आणि त्यातून एक-दोन रुपये दादा सुधाकरला खाऊसाठी देत असत; परंतु हे प्रेम त्या ईश्वराला मंजूर नव्हतं. तो निष्ठुर झाला होता. दादांच्या दशक्रियेसाठी खर्च करण्याची आर्थिक परिस्थिती नसल्यामुळं आमचे रायतळ्याचे मेव्हणे रामराव येणारे यांनी गहू, तांदूळ, गूळ इत्यादी साहित्य बैलगाडीत भरून दोन-तीन दिवस अगोदर पाठवून दिलं. त्यामुळं भाऊंना त्यासाठी कुणापुढं याचना करावी लागली नाही. दादांच्या जाण्यानं आम्ही सर्व भावंडं एकाकी पडलो. घरात दादांच्या अस्तित्वाच्या खुणा दिसल्यावर मन अस्वस्थ व्हायचं. उदासपणा वाढायचा. कारण,

बाप म्हणजे जगण्याचं माप आहे, पाठीवरची थाप आहे
बाप म्हणजे ध्येयाकडे नेणारी शिडी आहे
बाप म्हणजे संकटातून पार करणारी होडी आहे!
जो कधी तिखट वागला तरीही, आयुष्यभराची गोडी आहे

१९७८ मध्ये महाराष्ट्रात भयंकर दुष्काळ पडला. या दुष्काळाची धग १९७२च्या दुष्काळाप्रमाणंच होती. सर्व शेतकरी बांधव हवालदिल झाले. चाऱ्याअभावी गुरंढोरं कसायांना विकण्याची वेळ आली. सरकारनं दुष्काळी कामं, रस्ते, पाझर तलाव, नालाबंडिग इत्यादी सुरू केली. या दुष्काळात भाऊंनी नगर रोडवर खडीकरणासाठी मोठमोठे दगड वाहण्यासाठी बैलगाडीचं काम सुरू केलं. या कामात तुकाराम पाटलांनी मदत केली. भाऊंच्या बैलगाडीत दगड भरण्यासाठी इतर गाडीवान मदत करत असत. या कामावरील मिस्तरी प्रत्येक बैलगाडीमागे पाच रुपये लाच घेत असे. भाऊंनी तिथं आपल्या नेतृत्वाची झलक दाखवली. लाचखाऊ मिस्तरीविरुद्ध अर्ज केला आणि

त्याची बदली केली. तेव्हापासून सर्व गाडीवान खूश झाले. दरम्यान याच वर्षात ग्रामपंचायतीची निवडणूक जाहीर झाली. गावातील अनेक प्रतिष्ठित व्यक्तींनी घरी येऊन भेटीगाठी घेतल्या आणि भाऊंनी ही निवडणूक लढवावी अशी विनंती केली. भाऊंनी फॉर्म भरला; परंतु मुरलीदादा रोहोकले यांनी मावस भावाच्या नात्याचा प्रभाव टाकून फॉर्म मागं घेण्याबाबत दबाव टाकला. भाऊंनीदेखील त्यांच्या वडिलकीचा आदर ठेवून फॉर्म मागं घेतला. त्यामुळं भाऊंची गावातील सर्व तरुण मित्रमंडळी नाराज झाली. नोकरवर्ग आणि प्रतिष्ठित शेतकऱ्यांनी हळहळ व्यक्त केली. तथापि या निवडणुकीत भाऊंनी त्यांच्याच कम्युनिस्ट पक्षाचे तरुण उमेदवार कॉ. बबनराव डावखर यांना मदत करून विरोधकांचा डाव यशस्वी होऊ दिला नाही. कॉ. बबनराव डावखर सरपंच झाले. त्यांच्या पाठीशी भाऊंना मानणारा सर्व तरुणवर्ग भक्कमपणे उभा राहिला. १९७९ मध्ये भाऊंना मुतखड्याच्या आजारानं ग्रासलं. सर्व कुटुंब काळजीत पडलं. असह्य अशा पोटदुखीमुळं भाऊंना सुरुवातीला नगरच्या केतकर रुग्णालयात भरती करण्यात आलं. आठ-दहा दिवसांत प्रकृती अतिशय खालावली, त्यामुळं भाऊंना दगडी दवाखान्यात हलवलं. तिथं आठवडाभरात आजार कमी झाला. त्या आजारपणात भाऊंचे मित्र घरी येऊन भेटून जात. कुणी देवांना नवस केले, तर कुणी एकांतात अश्रू ढाळत बसले. त्यातून ईश्वराची कृपा झाली. आजारपणातून भाऊ पूर्णपणे बरे झाले. गावावर आलेलं संकट दूर झालं. सर्व तरुण मंडळींनी आनंद व्यक्त केला. त्यानंतर भाऊंचं समाजकार्य शतपटीनं वाढलं. भाऊंनी अधिक जोमानं आणि उत्साहानं समाजासाठी अगदी झपाटल्यासारखी धावपळ सुरू केली. सरंपच बबनराव डावखर चांगलं काम करत होते. सर्व गावकऱ्यांना मोठ्या अपेक्षा होत्या; परंतु त्यांच्याविरुद्ध अविश्वास ठराव, ग्रामसेवकाचा असहकार, सभासदांवर दबाव अशा विविध प्रकारच्या दादागिरीमुळं १९८१ मध्ये काही सदस्यांनी राजीनामे दिल्यामुळं पुन्हा ग्रामपंचायत निवडणूक जाहीर झाली. या वेळी मात्र भाऊंनी कच न खाता बबनराव पाटील यांच्या मदतीनं कम्युनिस्ट पार्टीचं स्वत्रंत पॅनेल उभं केलं. या निवडणुकीत भाऊंचे अकरापैकी सहा सदस्य निवडून आले. विरोधकांपैकी एक सदस्य भाऊंचा आदर करत असल्यानं त्यानं कोरी मतमत्रिका टाकली. भाऊ सहा विरुद्ध चार अशा फरकानं सरपंच झाले आणि बाबाजी सबाजी चेमटे हे उपसरपंच झाले. विरोधकांची दादागिरी या वेळी प्रभाव पाडू शकली नाही. कारण भाऊंच्या पाठीशी गणेश तरुण मंडळ होतं. दादागिरीला त्यांच्याच भाषेत उत्तर देण्याची तयारी होती. गणेश मित्र मंडळ, नंदू नाना, प्रभाकर नानांचे हमाल मित्रमंडळ, सुधाकरचे तालीम मंडळ या सर्व मित्रांनी सर्व प्रकारची तयारी केल्यामुळं विरोधक निष्प्रभ झाले. सरपंच झाल्यावर १९८१ ते १९८६ या काळात भाऊंनी आपुलकीनं आणि कामांच्या माध्यमातून अनेक विरोधकांना आपलंसं केलं. गावातील बहुतेकांचा विरोध मावळला. गावात तालीम,

गटारांची कामं, स्टेट बँकेची शाखा, रस्ते, नालाबंडिंग, पाझर तलाव, गावतळी, बेघरांना घरं, निराधारांना निर्वाह भत्ता, बेरोजगारांना कर्ज, शेतकऱ्यांना गायी-म्हशींकरता कर्ज आणि अनुदान, मंदिरांची दुरुस्ती, शाळेसाठी मदत, जनावरांचा बाजार, बाजारतळावर ओटे बांधण्याचं काम, पिण्याच्या पाण्यासाठी नळयोजना, वाडी-वस्त्यांवर रस्त्यांची कामं, सरकारी दवाखाना इत्यादी विविध कामं करून त्यांची यादीच भाऊंनी १९८६ च्या निवडणुकीत प्रसिद्ध केली आणि या निवडणुकीत भाऊंचे सर्वच्या सर्व अकरा उमेदवार निवडून आले. त्यानंतर भाऊ कुटुंबापुरते राहिले नाहीत. दररोज सकाळी आठ ते अकरा ग्रामपंचायत कार्यालय, आठवड्यातून किमान एकदा पारनेर आणि नगर येथील कार्यालयीन आणि सामाजिक कामासाठी धावपळ सुरू झाली. भाऊंचं एकूण जीवनच सार्वजनिक झालं.

ग्रामपंचायतीची निवडणूक १९८१ची असो की १९८६ची; भाऊंचा भक्कम आधार म्हणजे कॉ. सुलतानभाई शेख, कॉ. तुकाराम पाटील, कॉ. धोंडीभाऊ खरमाळे, कॉ. बबनराव नानाजी पाटील, कॉ. रंगनाथ डावखर, रामा नाना रोहोकले, बबन बाबू रोहोकले, मारुती खंडू सुरुसे, भाऊसाहेब भुजबळ, दतुभाऊ रोहोकले, वामन पटेकर, रामभाऊ पटेकर. या व्यक्तींनी भाऊंना स्वतःच्या मुलाप्रमाणं प्रेम दिलं. दतुभाऊ रोहोकले हे दहावा मैल इथं राहत. त्यांनी मोठा विश्वास दिला होता, 'तुला पाहिजे तेवढा पैसा माझ्याकडून घेऊन जा. रक्कम परत मागणारही नाही आणि गावाला जाहीरपणे सांग, की तुझ्या पाठीशी दतुभाऊ सावकार आहे.' भाऊंना उधळपट्टी करून निवडणुका जिंकायच्या नव्हत्या. अर्थात भाऊंच्या सर्व निवडणुका अतिशय अल्प खर्चात पार पडल्या. दतुभाऊ सावकार यांच्याकडून एक रुपयाही घेण्याची वेळ आली नाही. भाऊंच्या कामाचा प्रभाव मतदानात दिसून येत असे. भाळवणीच्या इतिहासात परिस्थितीनं गरीब असलेला; परंतु सामाजिक कामांमधून स्वतःची ओळख निर्माण करणारा आणि प्रस्थापितांच्या विरोधास न जुमानता आपुलकीनं माणसं आपलीशी करत विरोधकांना आपल्या गटात येण्यास भाग पाडणारा असा एकमेव नेता म्हणजे गंगाराम भाऊ!

सरकारच्या सर्व योजना गावात आणून त्यांचा गरजूंना लाभ मिळवून देण्यात भाळवणीची ग्रामपंचायत आघाडीवर असल्यानं कॉ. बाबासाहेब दुबे, सॉ. गुलाबराव शेळके, वसंतराव झावरे पाटील, नंदकुमार झावरे, आमदार दादापाटील शेळके, खासदार बाळासाहेब विखेपाटील असे मोठमोठे नेते घरी येऊन भाऊंना भेटू लागले. मानसन्मान देऊ लागले.

भाऊंच्या सरपंचपदाच्या काळात ग्रामपंचायतीची वसुली शंभर टक्के होत असे. गावातले रस्ते, बाजारतळ नियमित स्वच्छ होत असत. सरकारी योजनांचा लाभ

प्रत्यक्ष गरजूंपर्यंत पोहोचवण्यात भाळवणी ग्रामपंचायत सतत आघाडीवर असे. प्रामुख्यानं रोगराईपूर्वी माणसांचे आणि जनावरांचे लसीकरण, निराधारांना रोजगार भत्ता, सुशिक्षितांना व्यवसाय कर्ज, अपंगांना रोजगार, सरकारी अनुदानातून घर, सार्वजनिक शौचालयं, अल्पभूधारकांना विहिरी, गावातील वाडी-वस्त्यांवर नळाद्वारे पाणी, वीज, रस्ते इत्यादी विकास कामांबरोबरच ग्रामपंचायतीचे 'स्वच्छ आणि भ्रष्टाचारमुक्त प्रशासन' ही भाऊंच्या सरंपचपदाची विशेष ओळख ठरली. सरपंच पदाचा अकरा वर्षांचा कालावधी संपल्यानंतर भाऊंनी विविध कार्यकारी सोसायटीमध्ये १९९५ ते २०१६ अशी सुमारे वीस वर्षं सदस्य, त्यातील जवळपास बारा वर्षं चेअरमन म्हणून काम पाहिलं. पारनेर तालुका सहकारी साखर कारखान्याच्या संचालक पदावर २००० ते २००५ अशी पाच वर्षं काम केलं. नगर जिल्हा राष्ट्रवादी काँग्रेसचे अध्यक्ष म्हणून पाच वर्षं काम केलं. रयत शिक्षण संस्थेच्या महात्मा फुले विद्यालयातील स्कूल कमिटी सदस्यपदावर जवळपास वीस वर्षं सेवा केली. या कालावधीत विद्यालयाची निकालवृद्धी होऊन ज्युनियर कॉलेजपर्यंत शिक्षणाची सुविधा गावातच उपलब्ध झाली. प्रत्येक पदावर भाऊंनी आपल्या आदर्श कार्यकाळाची ओळख निर्माण केली. चांगली परंपरा निर्माण केली.

तुका म्हणे तोचि संत, सोसी जगाचे आघात
जे का रंजले, गांजले, तयांशी म्हणे जो आपुले
तोचि साधू ओळखावा, देव तेथेची जाणावा

आता (२०२३ या वर्षांत) भाऊंचं वय ७१ वर्षं असून त्यांच्या एका गुडघ्याचं ऑपरेशन झालं आहे. दुसरा गुडघा दुखत असून चालणं अवघड झालं आहे. त्यामुळं शरीराचं वजन वाढलं आहे. हृदयविकार, रक्तदाब यासारखे आजार शरीरावर आक्रमण करू पाहात आहेत. भाऊंची ज्येष्ठ कन्या अनिता आणि जावई पोपटराव कुंडलिक यांची चाकण इथं ऑटोमोबाईल्स फॅक्टरी असून शंभर-दीडशे कामगारांना रोजगार देण्यात ते यशस्वी झाले आहेत. दुसरी कन्या जयश्री आणि जावई संजय नांगरे हे इलेक्ट्रिकल काँट्रॅक्टर असून त्यांची व्यवसायातील प्रगती प्रशंसनीय आहे. भाऊंची तिसरी मुलगी बेबी ऊर्फ छाया आणि जावई राजेंद्र ठुबे हे दोघंही प्राथमिक शिक्षक असून चांगले विद्यार्थी घडवण्याचं पवित्र काम करतात. भाऊंची चौथी कन्या आशा आणि जावई किरण साळुंखे यांचा चाकण, पुणे इथं छोटासा उद्योगधंदा असून ते यशस्वीपणे काम करत आहेत. एकंदरीत सर्व कुटुंब चांगल्याप्रकारे नोकरी- व्यवसाय करत आहे. तथापि आजही भाऊंचा बँकबॅलन्स दहा हजारांच्या पुढं नाही. किंबहुना स्वतःचा एन-ए प्लॉट विकून त्यांनी हॉटेलसाठी घेतलेलं बँकेचं कर्ज आणि व्याजाची परतफेड केलेली आहे.

भाऊंकडं पैशांची श्रीमंती नसली, तरी मनाची श्रीमंती फार मोठी आहे. धनदौलतीचा संचय नसला, तरी माणसांचा संचय फार मोठा आहे. भाऊंनी स्वत:च्या वागण्या-बोलण्यातून कुटुंबाला आदर्श दिला. कुटुंबातील सर्व मुलं, मुली, पुतणे, पुतण्या आणि धाकट्या बंधूंना संस्कार शिकण्यासाठी बाहेर जाण्याची गरजच भासली नाही. भाऊ दिवसभर केलेली कामं आणि धावपळ कुटुंबाबरोबर शेअर करतात. त्याद्वारे नकळत सर्वांवर संस्कार घडत गेले. भाऊंचा मुलगा अभिजित हॉटेल व्यवसाय सांभाळून समाजकार्य करत आहे. स्वखर्चानं समाजाची कामं करत आहे. 'निःस्वार्थपणे काम करणारा युवक' अशी ओळख त्यानं निर्माण केली आहे. त्याला मानणारा स्वतंत्र युवा वर्ग आहे. कुटुंबाची आर्थिक परिस्थिती चांगली नसतानादेखील अभिजित गोरगरिबांना अन्नदान, आर्थिक मदत करण्यात आघाडीवर असतो. भाऊंनी आयुष्यभर माणसं जोडली. आपली सर्व कार्यक्षमता गोरगरिबांच्या अडीअडचणी सोडवण्यासाठी वापरली. सभ्यतेच्या मर्यादांचं कधीच उल्लंघन केलं नाही. अंगी रुजलेलं संस्कार कधाही ढळू दिले नाहीत. गावामध्ये विकासाची अनेक कामं करून दिशा दिली. स्वत:च्या कुटुंबालादेखील शिक्षण आणि संस्कार देऊन विकासाचा राजमार्ग दाखवला. चारित्र्य, सभ्यता, संस्कार, सामाजिक जबाबदारीचं भान, विनम्रता, दानधर्म, आदरातिथ्य हे आदर्श आम्ही भाऊंकडून शिकलो, जगलो आणि वाढलो! आमचा भाऊ हेच आमचं विद्यालय! भाऊच आमचं ग्रंथालय! तेच आमचं न्यायालय आणि भाऊ हेच आमचं देवालय आहे, हे मोठ्या अभिमानानं सांगावंसं वाटतं, '*हे पाऊल आपुले देवा हळू अमुच्या हृदयावर ठेवा.*'

कविवर्य सुरेश भटांच्या काव्यपंक्तीप्रमाणं भाऊंचा जीवनप्रवास आहे.

केला सामना वादळाशी, त्याच्यापासून पळालो नाही
सामोरा गेलो संकटांना, त्यांना पाहून वळलो नाही
पचवून टाकलं दु:ख सारं, कधीच मी हळहळलो नाही
आले जीवनी सुख जरी, कधीच मी हुरळलो नाही
कधी ना सोडली कास सत्याची, खोट्यात कधीच मळलो नाही

•••

सोशीक सहचारिणी - शांता वहिनी आणि कमल वहिनी

शांताबाई ही भाऊंची धर्मपत्नी, १९६९ मध्ये लग्न होऊन आमच्या कुटुंबात आली, तेव्हापासून आजपर्यंत तिला कष्ट करताना आम्ही पाहत आहोत. मुलं-मुली लहान असताना त्यांना दिवसभर आमची आई सांभाळत असे. त्यांची सर्व प्रकारची काळजी घेत असे; परंतु गायी-म्हशींसाठी शेतातून गवताचं ओझं आणणं, वैरणकाडी करणं, विहिरीवर जाऊन पिण्याचं पाणी आणणं, शेतीची कामं, घरातली भांडी-कुंडी, लहान भावंडांचे कपडे धुणं, पहाटे लवकर उठून भाजी-चपाती करणं इत्यादी नित्याची कामं बरीच वर्षं शांता वहिनी एकटीच करायची. नंतर कमल वहिनी कुटुंबात आल्यावर गोठ्यातील चारा-पाणी, शेण काढणं, शेतीची कामं, संध्याकाळचा स्वयंपाक वगैरे कामं कमल वहिनी करू लागली.

सन १९७५ या वर्षी मे महिन्यात प्रभाकर नानांचं लग्न दैठणे गुंजाळ येथील रावजी राणू येवले यांची कन्या कमल हिच्याबरोबर झालं. ती शरीरानं दणकट असल्यानं डोक्यावर दोन हंडे घेऊन एक किलोमीटर अंतरावरून पाणी आणत असे. शांता वहिनीला सर्व कामांमध्ये कमला वहिनीची मदत झाली. दोघींनाही आमची आई पहाटे साडेचार वाजता आवाज द्यायची. त्यानंतर एकीनं चूल आणि दुसरीनं गोठ्याचा ताबा घ्यायचा. बंधू मधुकर आणि मी (सुधाकर) नगरला कॉलेजचं शिक्षण घेत असताना दोन वेळेसाठी बारा-तेरा चपात्या, पुरेशी भाजी, दोन मोठ्या बाटल्या भरून दूध असा जेवणाचा डबा सकाळी सात वाजता तयार असायचा. आई तो डबा सुरुवातीला एसटीनं आणि नंतर डबेवाला बाबा तांबोळी यांच्याकडे पोहोच करत असे. भल्या पहाटे उठून लहान दिरांचे जेवणाचे डबे कोणतीही कुरबूर न करता सलग पाच ते सहा वर्षं तयार करण्याचं महान पुण्यकर्म करण्यात आमच्या दोन्ही वहिनींचं योगदान अतिशय मोलाचं आहे. म्हणून त्याही आमच्या अन्नपूर्णादेवी आहेत, असं आजही आम्ही मानतो.

आता शांता वहिनीही थकल्यासारखी झाली आहे. वाढत्या वयानुसार तिलादेखील शारीरिक थकवा जाणवत आहे. आजारपण आहे. तरीही भाऊंच्या आवडीचं जेवण

करणं, वेळेवर औषधे देणं, हात धरून बाथरूमला नेणं, कपडे नेटके करून देणं, भाऊंची शारीरिक स्वच्छता पाहणं, कपड्यांची स्वच्छता करणं इत्यादी कामं ती न थकता अखंडपणे करत आहे. केव्हाही गावी जावं तर वहिनींचा हसरा चेहरा समोर दिसतो. कितीही थकवा आला असला, तरी तसं चेहऱ्यावर कधीही आमच्या दोन्ही वहिनी दिसू देत नाहीत. स्वत:चं आजारपण इतरांना न सांगता अंगावर काढायचं आणि कुटुंबातील सर्वांच्या आवडीचं जेवण तयार करून भांडीकुंडी, धुणी सर्व उरकून शेतातील कामं पूर्ण करायची, हेच त्यांचं मिशन! कुटुंबातल्या ज्येष्ठ व्यक्ती चुकीचं वागल्या, तरी त्याबाबत वाच्यता न करता त्यांच्या आदेशानुसार दिवसभर कष्ट करत राहणं हाच त्यांचा नित्यनेम. म्हणूनच त्यांचं हे सांसारिक जीवन व्रतस्थ जीवनाचा आदर्श वाटतं.

शांता वहिनी आणि कमल वहिनी या दोघी घरातील सर्वांची जेवणं झाल्यानंतर शेवटी जेवायला बसत. कितीही भूक लागलेली असली तरीही स्वत: केलेला स्वयंपाक गरम असताना जेवण्याची त्यांना सवय नव्हती. एकत्रित कुटुंब पद्धतीत तसे रिवाजच असतात. कुटुंबातल्या इतर ज्येष्ठ व्यक्तींसमोर नवरा-बायको संभाषणदेखील करत नव्हते. आमच्या एकत्र कुटुंबातील सर्व भावंडांची कामं करत असतानाच आमचे नातेवाईक, बहिणी, त्यांची मुलं, सासरची माणसं, भाऊंचे आणि नानांचे मित्र, राजकारणातील पाहुणे या सर्वांचं आदरातिथ्य करण्यात आमच्या वहिनींनी कुठंही कमतरता जाणवू दिली नाही. घरातील सदस्यांव्यतिरिक्त दररोज चार ते पाच व्यक्तींच्या जेवणाची व्यवस्था त्यांना करावी लागत असे. जेवणाचा बेत साधाच असायचा. दररोज साधारण पंचवीस भाकरी, पंधरा वीस चपात्या आणि त्याला अनुकूल अशी भल्या मोठ्या पातेल्यात शिजवलेली पातळ भाजी, कडधान्यांची उसळ अथवा आमटी. आठवड्यातून एकदा मटण, प्रत्येकाच्या आवडीनुसार अंड्याची बुर्जी अथवा ऑम्लेट. अंडी घरच्याच कोंबड्यांची, दररोज दहा-बारा अंडी मिळायची. म्हशीचं घट्ट दूध एका मोठ्याशा पातेल्यात तापवून अधिकच घट्ट झालेलं असायचं. लेकरांना दूध-भाकरी, दूध-चपाती असा मेनू ठरलेलाच असायचा. अशा प्रकारे स्वत:च्या मुला-मुलींचं, दिरांचं सर्व करताना आमच्या शांता वाहिनी आणि कमल वहिनींचा दिवस कष्टातच जायचा. कुठं फिरायला जाणं नाही, माहेरी गेलं तरी दुसऱ्या दिवशी परतायचं. आयुष्यभर सतत भावनांना आणि स्वभावला मुरड घालायची. स्वत:च्या इच्छेनुसार दागदागिने नाहीत, की साड्यांची खरेदी नाही. स्वत:च्या आवडीचं जेवण नाही आणि हॉटेलचं जेवण तर नाहीच नाही. आवडीची गोडधोड मिठाईसुद्धा गावच्या यात्रेव्यतिरिक्त मिळत नव्हती. त्यांच्या जीवनात कधी नाटक-सिनेमा नव्हता. अलीकडच्या काळात घरात टीव्ही आला. त्यांच्या काळात त्यांचं नित्याचं काम हीच

त्यांची करमणूक! एवढं मोठं योगदान, एवढा त्याग करून एकत्र कुटुंबात नांदणं ही अतिशय खडतर तपश्चर्या होती. ती यशस्वीपणे पेलण्याची मानसिक तयारी आणि क्षमता आमच्या दोन्ही वहिनींनी ढळू दिली नाही. म्हणूनच भाऊंचा राजकीय प्रवास यशस्वी झाला. सर्वांची मुलं-मुली शिकली, भरभराट झाली. मधुकर अण्णा आणि माझं शिक्षण यशस्वीरित्या पूर्ण झालं. आम्हास नोकरी व्यवसायात चांगलं यश लाभलं.

आज आमच्या कुटुंबातली माणसं सुखी आणि आनंदी जीवनाचा अनुभव घेत आहेत. यश हे कोणाच्यातरी त्यागातून आणि कष्टातून लाभतं, म्हणून यशस्वी माणसाचे पाय नेहमी जमिनीवरच राहात असावेत. यशाचा आनंद जरूर असावा, त्यात उन्माद नसावा. उगवत्या सूर्याला नमस्कार करत असताना मावळत्या चंद्रानं अंधारात दिलेली शीतलता विसरू नये, हीच कृतज्ञतेची जाणीव आम्हामध्ये म्हणूनच रूजलेली आहे. आमच्या घरापासून साधारणपणे पन्नास फूट अंतरावर पाण्याचा हौद होता. हौदाजवळच कपडे धुण्यासाठी पसरट आकाराचा भला मोठा काळा दगड सिमेंट-कॉंक्रिटमध्ये बसवलेला होता. हौदाच्या नळाखाली बादली, घमेलं किंवा टब ठेवण्यासाठी जागा होती. त्या हौदावर गाय, बैल आणि म्हशींना पाणी पाजण्याचं काम नाना किंवा आम्ही शाळकरी मुलं करत असू.

एकदा कमलवहिनी तिथं कपडे धूत होती. दुपारचा प्रहर, कडक उन्हात वहिनी कपड्यांचा ढीग हातावेगळा करत होती. मी बाजूलाच झाडाच्या सावलीत बाजेवर बसून अभ्यास करत होतो. आमच्या एकत्र कुटुंबातील सर्वांचे पारोसे कपडे धुण्यासाठी किमान एक तास आमची वहिनी उन्हात तळपत होती. तथापि कपडे धुताना ती हळू आवाजात कुठलीशी ओवी अथवा देवाचा अभंग गात होती. आपल्या वाट्याला आलेली दैनंदिन कामं पूर्ण करताना मनानं अस्वस्थ न होता त्यातही आनंद मानण्याचे संस्कार जणू ती इतरांना देत होती. वहिनीनं कपडे धुऊन बाजूला ठेवल्यानंतर मी कपड्यांनी भरलेल्या दोन्ही बादल्या उचलल्या आणि बाजूलाच झाडांच्या आधारानं बांधलेल्या लोखंडी तारेवर सर्व कपडे वाळत घातले; पण कमलवहिनीला ते पसंत पडलं नाही. तिनं सर्व कपडे नीटनेटके झटकून पुन्हा त्याच ठिकाणी वाळत घातले. मी शरमिंदा होऊन ते सर्व पाहत होतो. काहीही न बोलता, मी केलेल्या कामाला नावं न ठेवता वहिनीनं जणू मला शिकवणच दिली होती, की हाती घेतलेलं काम मनापासून करावं. कपडे झटकल्याप्रमाणं शरीरातला आळस झटकून दूर करावा. स्वच्छ कपडे जसे पाहण्यास चांगले, आकर्षक वाटतात, तसं आपलं मनही स्वच्छ असावं. कोणत्याही प्रकारचा भेदभाव न करता प्रत्येक काम एकाग्रतेनं आणि प्रसन्नपणे करावं. कपड्यांच्या घड्या वाढत गेल्या, की नंतर घडीवरच कपडे फाटतात. त्यासाठी कपडे झटकावे लागतात. करपू नये म्हणून भाकरीसुद्धा फिरवावी लागते. त्याप्रमाणं मनातील

अढ्या वेळीच दूर कराव्यात म्हणजे खळखळ वाहणाऱ्या झऱ्याप्रमाणं नात्यांमधील प्रेम मोकळं होईल आणि एकमेकांबद्दलची आपुलकी, आदर वाढून जिव्हाळा निर्माण होईल.

●●●

पारदर्शी पोषणकर्ता - प्रभाकर नाना

प्रभाकर नाना हे आमचे क्रमांक दोनचे बंधू. भाऊंपेक्षा सहा वर्षांनी धाकटे! जन्म १९५८ चा. देहयष्टी पूर्वीपासूनच दणकट. वर्ण सावळा. स्वभावानं निर्मळ. पटकन रागावणारा आणि तेवढाच लवकर शांतही होणारा. जेवढा रागीट, तेवढाच प्रेमळ. भाऊंप्रमाणंच स्वभावात खरेपणा, स्पष्टवक्तेपणा. कुणी अन्याय केला, तर प्रतिकार करण्याची वृत्ती, म्हणजेच कुणी अंगावर आल्यास त्याला तशाच पद्धतीनं उत्तर देण्याची सवय. या स्वभावामुळं नानांनी गुरुजींच्या अंगावर दप्तर भिरकावून दिलं आणि घरी पळून आले होते. सहावीत असताना शाळा सोडली. शाळेत हुशार होते; परंतु गुरुजींनी दिलेल्या शिक्षेचा राग मनात ठेवून शाळेत जायला स्पष्ट नकार दिला. दादांनी समजावण्याचे खूप प्रयत्न केले; परंतु त्यांनी कुणाचं ऐकलं नाही.

त्यानंतर नानांनी दोन-तीन वर्षं घरच्या गायी-म्हशींचा सांभाळ केला. त्यांना चारा-पाणी देणं, दूध काढणं आणि ते दूध डेअरीत अथवा गिऱ्हाईकांच्या घरी पोहोचवणं इत्यादी कामं त्यांनी चांगल्या प्रकारे केली. त्यामुळं भाऊंना १९७२च्या दुष्काळात रोजगार हमीची कामं करता आली. आईला तिच्या कामात मदत होत असे. पुढं दोन-तीन वर्षांनी शेतीची कामं-नांगरणी, कुळवणी, पेरणी, कोळपणी अशी सर्व अंगमेहनतीची कामं नानांनी अतिशय चांगल्या पद्धतीनं केली. म्हणून शेतीतलं उत्पन्न मोठ्या प्रमाणात वाढलं. जिथं गोठ्यात दोन-तीन गायी-म्हशी होत्या, त्यात वाढ झाली आणि चार बैल, दहा-बारा जरसी गायी, दोन म्हशी अशा जनावरांनी गोठा गोकुळाप्रमाणं शोभून दिसू लागला. नानांचं शेतातील पीक बघायला गावातील प्रतिष्ठितांप्रमाणंच सरकारी अधिकारीदेखील येऊ लागले. गोठ्यातली स्वच्छता आणि गायी-म्हशी बघायलासुद्धा लोक येत. थोड्याच कालावधीत नानांची परिसरात 'आदर्श शेतकरी' म्हणून ओळख निर्माण झाली. शेतीसंबंधी कुठलीही कामं नानांनी मागं पडू दिली नाहीत. कामातला ढिलेपणा अथवा दिरंगाई त्यांना अजिबात चालत नव्हती. अजूनही चालत नाही. वडिलोपार्जित जवळपास आठ एकर मुरमाड आणि उताराची

जमीन सपाट करून तिथं बंदिस्ती केली आणि त्या जमिनीत पोयटा, काळी माती बाहेरून वाहून आणली. मूलतः नापीक असलेल्या जमिनीत एक ते दीड फूट भरणी करून अशा जमिनीत सीताफळाची बाग उभी केली. गहू, ज्वारी, भुईमूग अशी विविध पिकं घेऊन भरपूर उत्पन्न काढलं. एकदा शेताची नांगरणी करत असताना नांगर उचलून त्यांचा फाळ पलटी करताना नानांच्या छातीत चमक भरली. छातीच्या बरगड्यांमध्ये असह्य वेदना सुरू झाल्या. नानांच्या सर्वांगातून घामाच्या धारा वाहू लागल्या. घामानं शर्ट ओलाचिंब झाला. नंदू नानानं नांगर सोडला. बैल आणि नानांना सांभाळत तो घरी आला. नानांची अवस्था बघून सर्व कुटुंब काळजीत पडलं. आईला रडण्याशिवाय काही सुचेना. मी ताबडतोब बांडे डॉक्टरांना घेऊन आलो. त्यांनी तपासून औषधं दिली आणि पुढील उपचारासाठी नगरला नेण्याचा सल्ला दिला. नानांना नगरच्या मोठ्या हॉस्पिटलमध्ये नेऊन हृदयाच्या तपासण्या करण्यात आल्या. सुदैवानं हृदयविकाराचा कोणताही धोका नसून अतिश्रमांमुळं स्नायू दुखावल्याचं निदान डॉक्टरांनी केलं. मग नानांना घरी आणलं आणि आमच्या कुटुंबाची काळजी दूर झाली.

गावातील हमाल मित्रमंडळातील सदस्य नानांना मित्र म्हणून लाभले. त्यांच्यावर नानांनी जिवापाड प्रेम केलं. सख्ख्या भावांप्रमाणंच त्यांना घरी बोलावून त्यांचं आदरातिथ्य नाना करत. त्यामुळं नानांचे सर्व मित्र गरीब; परंतु अतिशय एकनिष्ठ! शेतीच्या कामात नानांना मदत करणारे. अंगमेहनतीस कधीही तयार असणारे. भाऊंच्या राजकरणात या मित्रमंडळाची अतिशय मोलाची साथ लाभली. उपाशी असले, तरी निष्ठा न बदलणारे. एका रात्रीत चार-पाच एकर ज्वारीची काढणी करणारे, खळ्यातली साठ-सत्तर पोते धान्य भाऊ आणि नानांच्या अनुपस्थितीतदेखील प्रामाणिकपणे तयार करून स्वतःच्या पाठीवर ओझं घेऊन घरपोच वाहून आणणारे नंदू नाना इशिनाथ, आबाजी, भाऊसाहेब शिंदे, भास्कर नाना, रामा नानांचा शिवबा, पांडू तात्या असे देवदूत पाठीशी असल्यानं आमच्या कुटुंबाला गावात आदर आणि मानसन्मान मिळाला. तसंच, याच मित्रांकडून नानांना विरोधकांच्या डावपेचांची इत्थंभूत माहिती वेळीच मिळत असल्यानं ते विरोधकांचे डावपेच उधळून लावण्यात यशस्वी होत असत.

भाऊंनी पहिल्यांदा ग्रामपंचायत निवडणूक १९८१मध्ये लढवली. त्या वेळी विरोधकांच्या दादागिरीला न जुमानता प्रचारात सतत अंगरक्षकांप्रमाणे साथ देऊन उमेदवार निवडून आणणं, त्यांना विरोधकांपासून सांभाळणं या सर्व जबाबदाऱ्या नाना आणि त्यांच्या मित्रांनी यशस्वीपणे सांभाळल्या. एकदा ग्रामपंचायत सदस्यांची सभा सायंकाळी सहा वाजता होती. त्या सभेत विरोधी गटातल्या एका दादानं ग्रामपंचायत सदस्य नसताना प्रवेश केला. सरपंचांना (भाऊंना) दमदाटी करून राजीनामा देण्यासाठी सुनावलं. ग्रामपंचायतचं मोठं लोखंडी कुलूप उचलून दारूच्या नशेत भाऊंना

मारण्यासाठी अंगावर धावून गेला. प्रसंग मोठा बिकट होता. याची कल्पना नसल्यानं भाऊ एकटेच मीटिंगमध्ये होते. त्या वेळी इतर सदस्यांनी भाऊंना बाजूच्या रूममध्ये कोंडून ठेवलं आणि त्या दादांना शांत केलं. रात्री नऊला विरोधी गटातील एक सदस्य भाऊंना घेऊन घरी आले. त्यांनतर भाऊंनी राजीनामा देण्याची तयारी केली. कारण सरळ स्वभावाच्या भाऊंना अशा वर्तनाची अपेक्षा नव्हती. दादागिरीला उत्तर देण्याइतपत आर्थिक ताकद नव्हती; परंतु दोन-तीन दिवसांत ही बातमी गावभर पसरली. गावात रोजगार हमीच्या कामावर येणाऱ्या स्त्रिया-पुरुष, भाऊंचे, नानांचे तरुण मित्र सर्व घरी येऊन भाऊंना भेटून गेले. कोणत्याही परिस्थितीत राजीनामा द्यायचा नाही, दादागिरीला प्रतिकार करायचा, आम्ही सर्व तयारीनिशी तुमच्याबरोबर राहतो; परंतु माघार घ्यायची नाही, अशी विनंती सर्वांनी केली. तद्नंतर भाऊंनी सरपंचपदाच्या राजीनाम्याचा विचार बदलला. एक आठवड्यानंतर दुसरी मीटिंग निश्चित झाली. नानांनी भाऊंना कळू न देता संघनायक खेळाडूप्रमाणं फिल्डिंग लावून प्रतिकाराची सर्व तयारी केली.

सभेपूर्वी ग्रामपंचायत कार्यालयाच्या परिसरात शंभर-दीडशे माणसं अगोदरपासून त्या 'दादा'ची वाट पाहत होते. एक-एक सदस्य आला, कार्यालयात जाऊन बसला. भाऊंचं आगमन झालं आणि ते आत जाऊन आसनस्थ झाले. शेवटी तो दादा आला. वाट पाहात असलेल्या स्त्रिया पुढं सरसावल्या आणि ताबडतोब दादाला घेराव घातला. ग्रामपंचायत कार्यालयात जाण्यापासून त्याला अडवला. त्यामुळं दादा पुरता गांगरून गेला. घाबरला आणि मजूर स्त्रियांच्या कचाट्यातून कसाबसा निसटून पळून गेला. पुन्हा कधीही भाऊंच्या मार्गात आडवा आला नाही. मात्र त्या काळात सर्वत्र त्याच्या दादागिरीचा बोलबाला होता. दादागिरीच्या जोरावर अनेकांना त्यानं जेरीस आणलं होतं. अनेकांची तोंडं बंद केली होती. आज मात्र त्यानं सपशेल माघार घेतली होती. हा रोजगार हमीवरील मजुरांचा विजय होता, असं आमच्या नानांचं नियोजन होतं! अंगावर आलेला कितीही मोठा असो, त्याला शिंगावर घ्यायचंच! नानांनी जिवाला जीव देणारे सहकारी जोडले आणि विरोधकांना आणि त्यांच्या दादागिरीला निष्प्रभ केलं. भाऊंचं समाजकार्य गावाच्या विकासाचं स्वप्न पूर्ण करण्यात नानांचं आणि त्यांच्या सर्व मित्र मंडळाचं योगदान फार मोलाचं आहे. गणेश तरुण नाट्यमंडळ, हमाल मित्रमंडळ, अल्पभूधारक शेतकरी, गरीब शेतमजूर आणि रोजगार हमी कामावरच्या स्त्रिया-पुरुष हे सर्व भाऊंच्या राजकीय कारकीर्दीतील कवचकुंडलं होती. ती सतत बरोबर असताना कुणाचा दबाव अथवा भीती बाळगण्याचं कारणच नव्हतं. केवळ त्या कवचकुंडलांचा योग्य वेळी उपयोग करायचा असतो, याचं नियोजन आमचे नाना योग्य वेळी करत असत. ते भाऊंच्या साध्या, सरळ स्वभावाच्या व्यक्तिमत्त्वाशी सुसंगत नसल्यानं त्यांच्या परस्पर असे डावास प्रतिडाव टाकण्याचं कौशल्य नानांकडं होतं. नानांनी ते

अनेक वेळा वापरलं आणि प्रत्येक वेळी यशस्वी करून दाखवलं. त्यामुळं विरोधी गटानं नानांवर हल्ला करण्याचं कारस्थान केलं. बैलपोळ्याच्या मिरवणुकीत विरोधकांपैकी एक जण दारू पिऊन शिवीगाळ करत नानांच्या अंगावर धावून गेला आणि त्यानं नानांची कॉलर पकडली. आमचे नाना स्वभावानं खूप प्रेमळ, कुणाची स्वत:हून खोड काढणारे मुळीच नव्हते; परंतु कुणी हात उचलला तर त्यांचा राग अनावर होत असे. नंतर कुणीही त्यांना थांबवू शकत नसे. हिशोब पूर्ण झाल्यानंतर तो स्वत:हून थांबत असे. अंगावर येऊ घातलेल्या संकटाची जाणीव निधड्या छातीच्या आणि ठोशास प्रतिठोसा देण्याची तयारी असलेल्या नानांना असायची. नाना वेळीच सावध झालेले असायचे. त्यांनी त्या हल्लेखोराची गचांडी पकडली आणि डाव्या हातानं त्याची मनसोक्त धुलाई केली. संपतदादादेखील मदतीसाठी धावून आले. त्यामुळं हल्लेखोर खूप घाबरला. अचानक हल्ला केल्यानंतर नाना घाबरून पळून जातील अथवा इतरांप्रमाणं हात बांधून मुकाट्यानं मार खातील हा विरोधकांचा अंदाज सपशेल चुकला आणि गावातील चारशे-पाचशे लोकांसमोर त्यांची धुलाई झाली. पुन्हा आमच्या कुटुंबावर दादागिरी करण्याचं धाडस राजकीय विरोधकांनी केलं नाही. गोरगरिबांना मात्र फार आनंद झाला होता. कारण आतापर्यंत गावातील किमान चाळीस ते पन्नास लोकांना दारूच्या नशेत त्या गुंडानं मारपीट केली होती. आमच्या कुटुंबात जवळच्या नातेवाईकांमध्ये भाऊंबद्दल प्रचंड आदर होता आणि आजही आहे. नानांबद्दल आदरयुक्त भीतीही आहे. कारण ज्याची चूक झाली त्याला चार शब्द स्पष्टपणे सुनावणारे, प्रसंगी प्रत्येकावर जिवापाड प्रेम करणारे आमचे नाना आहेत.

मला आठवतंय, मी हायस्कूलमध्ये शिकत असताना अभ्यास करून रात्री उशिरा झोपायचो. अंगावर पांघरण्यासाठी पुरेसे कपडे नव्हते. मी गुडघे पोटात घेऊन अंगाचं मुटकुळं करून झोपायचो. पहाटे चार वाजता नाना बैल घेऊन नांगरणी करायला जायचे. जाताना त्यांचं ब्लँकेट माझ्या अंगावर नीटनेटकं पांघरूण जात असत. मला शांत झोप मिळावी म्हणून धाकट्या भावाची काळजी घेणारे नाना स्वत: मात्र थंडी-वाऱ्याची पर्वा न करता अंधारातून मार्ग काढत रस्त्यावरून जाणाऱ्या सरपटणाऱ्या प्राण्यांना न जुमानता त्याचे आवडते चार बैल घेऊन काळ्या आईची सेवा करण्यासाठी निर्भीडपणे मार्गक्रमण करत असायचे. माझ्या डोळ्यांत अश्रू दाटून येत असत. देवानं भावाभावांचं नातं काही तरी उदात्त हेतू समोर ठेवून निर्माण केलं असावं. देव स्वत:च एखाद्या कुटुंबात जन्म घेऊन भावाच्या रूपात इतरांच्या दु:खावर फुंकर घालत असावा हे मला उमगलं. आमच्याकडून एखादी चूक झाली, तर प्रसंगी दोन थोबाडीतदेखील नानांनी मारल्या; परंतु त्यात वडिलकीची माया आणि प्रेम होतं. आम्हाला सुधारण्याची ओढ होती.

भावले मिस्त्रींच्या ओळखीनं नानांनी १९७८ च्या दुष्काळात रस्त्यांच्या कामावर मुकादम म्हणून काम करण्यास सुरुवात केली. दुष्काळात आमच्या एकत्र कुटुंबाचा खर्च भागवून उरलेले पैसे घेऊन नाना एकदा नगरला आम्हाला भेटायला आले. त्या वेळी मी अकरावीत होतो. मधूचा एक जुना पायजमा आणि शर्ट घालून मी कॉलेजला जात असे. नानांना बहुधा हे समजलं असावं. एके दिवशी नगरला अचानक आमच्या खोलीवर येऊन नाना मला सारडाच्या दुकानात घेऊन गेले. मधुसाठी आणि माझ्यासाठी शर्ट आणि पँटचे कापड, चपला खरेदी केल्या तेही भर दुष्काळात! आमची आर्थिक परिस्थिती नसताना. असा हा आमचा प्रभाकर नाना! भाऊंचा पाठीराखा, लहान भावंडांवर पुत्रवत प्रेम करणारा! स्वतःच्या कष्टाची भाकरी अनेक वर्षं कुटुंबातील सर्व सदस्यांना खाऊ घालणारा 'कुटुंबाचा खरा पोषणकर्ता!'

१९७९ च्या सुमारास भाऊ मुतखड्यानं बेजार असताना त्याच्या उपचारांसाठी आणि १९७८ मध्ये आमची परीक्षा फी भरण्यासाठी चुलत बंधू आनंदराव यांच्याकडून उधार रक्कम जवळपास चौदाशे रुपये घेणारा! त्या रकमेच्या परतफेडीसाठी नानांनी आमची स्वतःची चाळीस एकर शेती सांभाळून आनंदरावांची पंधरा एकर शेतीची नांगरणी, पेरणी, कुळवणी अशी सर्व प्रकारची मशागत तीन वर्षं मोफत करून दिली. कुटुंबावर कोणत्याही प्रकारचं संकट आलं, की आई प्रथम नानांना हाक मारायची. ही जणू प्रथाच झाली होती. रात्रीच्या वेळी चोर-दरोडेखोर येऊ देत, पिसाळलेलं एखादं कुत्रं, लांडगा अथवा एखादं मोकाट जनावर परिसरात यावे, पाळीव कुत्र्यांनी भो-भो करून आकांडतांडव करावं आणि आईनं लगेच 'नाना' म्हणून आवाज द्यावा, की नाना हातात पाच फुटाचं मजबूत दंडुकं घेऊन हजर! तसा वर्षातील सात-आठ महिने तो बाहेरच्या ओट्यावरच झोपत असे. दिवसरात्र घराची राखणदारी जणू नानांवरच सोपवली होती. पावसाळ्यात रात्रीच्या वेळी अंगणात एखादा विषारी साप आल्यास नाना चाबूक घेऊन नेम धरून फटकारा मारत असे. काही वेळा मध्यरात्री गावकुसाभोवती चोरांची टोळी यायची, आजूबाजूचे शेतकरी, शेजारीपाजारी रात्री-अपरात्री नानांना आवाज देत. अशा वेळी घरातील परवाना असलेली बंदूक नाना लोड करत आणि हवेत दोन-तीन गोळ्या झाडून बार काढत. त्या आवाजाचा प्रभाव दोन-तीन मैलांपर्यंत जात असे. आणि दरोडेखोरांमध्ये दहशत निर्माण करण्यास उपयोगी पडत असे. त्यामुळं चोर शक्यतो आमच्या घराच्या परिसरात येण्याचं धाडस करत नव्हते. जवळचे नातेवाईक, त्यांच्या कुटुंबातील अथवा भाऊबंदकीचे वाद सोडवण्यास नानांना घेऊन जात. नाना असे सर्व तंटे-विवाद यशस्वीपणे सोडवतात. जवळच्या सर्व नातेवाईकांना नानांचा आधार वाटतो. त्यांना मदत करण्यात नाना आघाडीवर असतात. कुणाला आर्थिक मदत, शेतीची अवजारं, गाय, म्हैस, बैलांची खरेदी, मुलामुलींच्या लग्नासाठी योग्य स्थळ

सुचवून त्यांचं जुळवून देणं या सर्व कामांमध्ये नानाच पुढं असतात. नानांचं नियोजन आणि संघटनकौशल्य अगदी वाखणण्याजोगं आहे. नाना धाडसी वृत्तीचे असून त्यांना समाजात आदर आणि मानसन्मान मिळाला कारण नानांनी आपलं संघटनकौशल्य आणि शक्ती नेहमी अन्याय दूर करण्यासाठी वापरली. कुणालाही त्रास होणार नाही याची काळजी घेतली. गरीब मित्र सांभाळले, गरजूंना मदत केली. त्यांच्या अडचणी दूर करण्यात पुढाकार घेतला. स्वत:चं कौशल्य वापरून शेतांची बांधबंदिस्ती केली. त्या प्रमाणं एकत्र कुटुंबाची नीटनेटकी उभारणी केली. त्यांच्या कामात त्यांच्या अर्धांगी कमल वहिनींनी कधीही हस्तक्षेप केला नाही. घरातली कामं नीट केल्यामुळं आज नानांसह सर्व कुटुंब सुखी आणि आनंदात आहे.

आमचे सर्वांत धाकटे बंधू संपतदादा यांची दोन्ही मुलं धीरज आणि सूरज यांच्यासाठी नानांनी दोन मोठे गाळे कापरी चौक, नगरकल्याण हायवेवर बांधून दिले. त्यासाठी नानांकडं पुरेसं आर्थिक पाठबळ नव्हतं; परंतु मनात जिद्द होती. एकत्र कुटुंबातील रक्ताच्या नात्याची ओढ त्यांना गप्प बसू देत नव्हती. नानांचा मोठा मुलगा दिलीप एका परदेशी कंपनीमध्ये सीनिअर इंजिनिअर आहे. नानांनी त्याला स्वत:च्या नावावर सात-आठ लाख कर्ज घेण्यास भाग पाडलं आणि स्वत:च्या पुतण्यांना अनुक्रमे हार्डवेअर शॉप आणि किराणा दुकान सुरू करून दिलं. आज दोघंही व्यवसायात आघाडीवर आहेत. नानांचा धाकटा मुलगा संदीप यानं माझ्या सूचनेप्रमाणं मुंबईत आरे कॉलनीत दोन वर्षांचं डेअरी सुपरवायझरचं प्रशिक्षण पूर्ण केलं. त्यानंतर त्यानं अण्णांचा व्यवसायातील आदर्श समोर ठेवून भाळवणी इथं भाऊ आणि नानांच्या मार्गदर्शनाखाली दूध शीतकरण प्लँट आणि डेअरी प्रॉडक्ट शॉप सुरू केलं असून आज तिथं जवळपास चार हजार लिटर दूध संकलन करण्यात येत आहे. गावातल्या आणि जवळच्या नात्यातल्या पंधरा-वीस मुलांना त्यामुळं रोजगार मिळाला आहे. संदीपच्या डेअरी प्रॉडक्ट्सना नगर जिल्ह्यात सर्वत्र मागणी असून संदीपच्या 'वैभव डेअरी'ची दुग्धजन्य पदार्थांच्या उत्पादन क्षेत्रात वेगळीच ओळख निर्माण झालेली आहे. 'वैभव डेअरी'चं दूध, लस्सी, ताक, पनीर, पेढा, चीज, तूप, मलई, बर्फी इत्यादी प्रॉडक्ट्सना मोठी मागणी आहे. नानांची कन्या मंगल ही प्राथमिक शिक्षिका म्हणून कार्यरत असून जावई डॉ. पंढरीनाथ शेळके हे सीनिअर कॉलेजचे प्राध्यापक आहेत. दोघंही अतिशय संस्कारित आणि मनमिळाऊ असून कौटुंबिक सौहार्द जपणारे आहेत.

नानांचा मोठा मुलगा दिलीप पुण्यात एका परदेशी कंपनीत सीनिअर इंजिनिअर या पदावर कार्यरत असून त्याच्या मार्गदर्शनाखाली पंधरा-वीस ज्युनिअर इंजिनिअर म्हणून काम करतात.

व्यवसाय क्षेत्रात आज आमचे बंधू मधुकर अण्णा, त्यांची मुलं मिलिंद, मयूर आणि

आमचे भाचे पोपटराव, पुतणे संदीप, धीरज, सूरज या सर्वांनी यशाचं शिखर गाठलेलं आहे. कारण त्यांचा पाया भाऊ आणि नाना यांच्या अढळ आणि भक्कम संस्कारांनी मजबूत झाला आहे. कुटुंब एका हातानं उभं राहत नाही. आमच्या कुटुंबातील यशात शांता वहिनी आणि कमला वहिनी यांचा मोलाचा वाटा आहे. त्यांचं योगदान सर्वश्रेष्ठ आहे. त्यांनी स्वतःच्या इच्छा-आकांक्षा सतत दूर ठेवल्या आणि आमच्या बंधूंना अडचणीच्या वेळी साथ दिली. किरकोळ मतभेद वगळता नकार घंटा आणि मोठा विरोध कधीच झाला नाही; म्हणूनच कुटुंबातले सर्व सदस्य प्रगतीपथावर आहेत, असं नम्रतापूर्वक सांगावंसं वाटतं.

●●●

द्रष्टा उद्योजक - 'संस्कार पुरुष - मधुकर अण्णा'

मधुकर अण्णा हे आमचे क्रमांक तीनचे बंधू. सडपातळ, उंच अंगकाठी. रंग - गोरा, नाक-डोळे तेजस्वी. आकर्षक व्यक्तिमत्त्व! अतिशय संस्कारी, नम्र आणि प्रेमळ स्वभाव! त्यांच्या व्यक्तिमत्त्वाला साजेशी कष्टाळू वृत्ती, बाणेदारपणा आणि दूरदृष्टी. काहीतरी जगावेगळं करून दाखवण्याची चिकाटी, हट्टीपणा आणि जिद्दी स्वभाव, हे अण्णांचे स्वभावविशेष! शाळेत असताना एक सद्गुणी, अभ्यासू स्वच्छताप्रिय आणि नियमित शाळेत जाणारा विद्यार्थी असल्यानं शिक्षकांचा आवडता विद्यार्थी अशी अण्णांची ओळख! अण्णा दुसरीत असताना त्यांना डांग्या खोकला झाला. त्यामुळं त्यांचं शाळेचं एक वर्ष वाया गेलं. खोकला कमी झाला, तब्येतीत सुधारणा झाली. दादा-आईनं देशी औषधोपचार केले. चार-पाच महिने सतत खोकला येत असल्यानं अण्णांची तब्येत रोडावली होती.

अण्णा सातवीत असताना १९७४ मध्ये आमचे वडील रस्त्यावरून पाय घसरून पडले आणि त्यांच्या खुब्यातील सांधा आणि हाडांना दुखापत झाली. वडिलांचं वय त्या वेळी ७५ वर्षं होतं. शहरातील मोठ्या हॉस्पिटलमध्ये नेण्यायोग्य आमची आर्थिक क्षमता नव्हती. जवळपास सहा महिने दादा अंथरुणावरच पडून होते. घरगुती उपचार, जाणकारांच्या मदतीनं तेल-मालीश वगैरे सर्व प्रयत्न केले. दादांना तेलानं मालीश करणं, गरम पाण्यानं त्यांचं अंग स्वच्छ करणं, अंगावरील कपडे बदलणं, त्यांना वेळेवर जेवण आणि औषधं देणं अशी सर्व कामं तेरा-चौदा वर्षांच्या अण्णानं अतिशय आपुलकीनं केलीच. शिवाय दादांचं मल-मूत्र काढून त्यांच्या शरीराची स्वच्छतादेखील एखाद्या प्रौढ व्यक्तीप्रमाणं केली. अर्थात ही सर्व सेवा करताना सीता आक्का आणि प्रभाकर नाना बरोबर असायचेच. अण्णांना लहान वयातच ही समज आल्याचं पाहून सर्वांना त्यांचं मोठं कौतुक वाटत असे. त्या वेळी माझं (सुधाकर) वय अकरा होतं. वडिलांची सेवा करण्याएवढी समज त्या बालवयात मला नव्हती. ते भाग्य अण्णाच्या नशिबात लिहिलेलं असल्यानं मला लाभलं नाही; परंतु वडिलांचं प्रेम आम्हां सर्वांना भरपूर मिळालं. मी

कुस्ती खेळायचो. जवळच्या गावांतील यात्रेत कुस्ती खेळण्यासाठी निघताना दादांच्या पायाला स्पर्श करून आशीर्वाद घेत असे. त्या वेळी दादा एक रुपया माझ्या हातावर ठेवत आणि माझ्या पाठीवर हात ठेवून मला 'चांगलं खेळा' असा आशीर्वाद देत असत.

शाळेतील 'कमवा आणि शिका' या योजनेप्रमाणं लहान वयातच मधुकर अण्णाला समज आलेली होती. तो मला घेऊन गावाजवळच्या नदीकाठच्या शेतात जात असे. आम्ही दोघं मिळून मेथी पिकविण्यासाठी शेतात आठ-दहा वाफे तयार करत असू. पिकवलेली मेथीची भाजी गावात फिरून विकण्याचं काम मी करत असे आणि आलेल्या रकमेतून दोघांसाठी चप्पल, अंडरवेअर्स अथवा वह्या, पुस्तकं खरेदी करत असू. अशा प्रकारे लहान वयातही स्वावलंबी शिक्षणाची प्रेरणा आमच्यात आपोआप जागृत झाली होती. प्राथमिक शाळेपासूनच अण्णा आणि मी शाळेतील नाटकं, वक्तृत्व स्पर्धा, काव्य स्पर्धांमध्ये भाग घ्यायचो. त्यामध्ये बक्षिसंदेखील मिळवायचो. बालभारतीच्या पुस्तकातील नाट्यसंवाद, कविता आमच्या तोंडपाठ असत. हायस्कूलपर्यंत दोन खाकी चड्ड्या, दोन पांढरे शर्ट, आवश्यक असलेली क्रमिक पुस्तकं आणि वह्या (गाईड वगळून) खताच्या गोणीपासून तयार केलेली मोठी पिशवी अर्थात आमची स्कूल बॅग ही सर्व खरेदी उन्हाळ्याच्या सुट्टीत होत असे. जूनमध्ये शाळा सुरू होण्यापूर्वी वह्या व पुस्तकं खाकी कव्हर घालून तयार असत. अण्णा माझ्या एक वर्ष पुढं असल्यानं त्यांना नवीन पुस्तकं मिळायची. त्यांची जुनी पुस्तकं मी वापरत असे.

पाचवी-सहावीत असताना अण्णा घरी नसताना एकदा मी भाऊंना थाप मारली. सहावीची पुस्तकं बदलली असून मला अण्णांची जुनी पुस्तकं चालणार नाहीत. मग मला नवीन पुस्तकं घेण्यासाठी भाऊ माझ्याबरोबर शांतीलाल शेठच्या दुकानात आले. 'सहावीची बदललेली नवीन पुस्तकं असतील तर द्या,' असं भाऊंनी सांगताच शांतीलाल शेठ म्हणाले की, 'पुस्तकं बदललेली नाहीत. कोणत्याही वर्गाची पुस्तकं बदललेली नाहीत. महिनाभरापासून मी हीच पुस्तकं विकतो आहे.' शांतीलाल शेठचं उत्तर ऐकल्यावर भाऊंनी माझ्याकडं वळून पाहिलं. त्यांना काही समजण्याच्या आत मी धूम ठोकली. रात्री लवकर जेवण करून भाऊ घरी येण्याअगोदर डोळे बंद करून झोपण्याचं नाटक केलं; पण त्यावरून मला कोणत्याही प्रकारची शिक्षा झाली नाही. आईला मात्र मी अनेक वेळा खोटं सांगून पेन, पेन्सिल, रबर यासाठी एखादा रुपया घेत असे आणि त्यातून बॉबी, बटर, बिस्किटं, भेळ असे खाण्याचे पदार्थ घेत असे. याउलट मधू अण्णा कधीही खोटं बोलणार नाहीत. बाहेरचं खाण्याची त्यांना मुळी सवयच नव्हती. घरीदेखील त्यांचा आहार अतिशय माफक असायचा. मेथीची सुकी भाजी, मोडाची उसळ या त्यांच्या आवडत्या भाज्या, दूध-दही त्यांनी कधी आवडीनं खाल्लं नाही. याउलट मी सकाळपासून संध्याकाळपर्यंत दीड-दोन लिटर दूध फस्त करत असे.

दिवाळीचा फराळ करताना अण्णा दोन्ही वहिनींना मदत करायचे. रात्री बारा ते एक वाजेपर्यंत बसून शेव, चिवडा, चकली, करंजी, शंकरपाळे असे पदार्थ करण्यात त्यांचा सहभाग असायचा; पण ते पदार्थ संपवण्यात ते सर्वांत मागं असायचे. ती जबाबदारी नाना, मी आणि संपतराव इमाने इतबारे पार पाडायचो.

मी पाचवी-सहावीत असताना एकदा मधल्या सुट्टीत माझा वर्गमित्र बाबा शिंदे धावत आला आणि म्हणाला, 'तुझ्या भावाला-मधूला वसंतनं खूप मारलं.' तसं आमचे अण्णा कुणाशी भांडणं करणाऱ्यातले नव्हते. याबाबत सारासार विचार न करता मी हातात दोन दगड घेतले आणि बाबा शिंदेबरोबर वसंत उभा होता तिथं धावत गेलो. त्याला काही समजण्याच्या आत त्याच्या दिशनं एक दगड जोरात भिरकावला. तो वसंतच्या पोटाला लागला. कळवळून त्यानं तोंड फिरवलं. तोपर्यंत दुसरा दगड त्याच्या पाठीवर मारून मी पळून गेलो. पळत असताना आढाव गुरुजींनी मला पकडलं आणि पाठीवर दोन धपाटे घालून सोडून दिलं. नंतर समजलं की वसंतनं मधूला मारलंच नव्हतं. त्याच्यासारखाच सडपातळ, उंच आणि गोरा दिसणारा तुकाराम फंड या मुलाबरोबर त्याचं भांडण झालं होतं. मला शिक्षा देऊन झाल्यानंतर आढाव गुरुजींनी वसंतच्यासुद्धा दोन थोबाडीत लगावल्या. वसंत घरी तक्रार घेऊन आला नाही, त्यामुळं माझा घरचा मार वाचला. ही घटना घरी कुणालाही कळू नये याची मी पुरेपूर काळजी घेतली होती; परंतु माझी चूक मला समजल्यामुळं बरेच दिवस मी मनातून अस्वस्थ होतो.

शाळेला सुट्टी असताना आम्ही गायी-म्हशी घेऊन 'शिंदीशेत' नावाच्या आमच्या शेतात जायचो. ते शेत गावापासून तीन-चार किलोमीटर दूर होतं. तलाव पाण्यानं भरलेला असताना आमच्या ओढ्यात चार ते पाच फूट पाणी भरलेलं असायचं. दुपारी पाण्यात म्हशी बसलेल्या असताना त्यांना चांगलं धुवायचं आणि नंतर म्हशींच्या पाठीवर उभं राहून पाण्यात उड्या मारायच्या. खूप मजा यायची. हुरड्याच्या सीझनमध्ये नाना किंवा अण्णा ज्वारीची कणसं, हरभऱ्याचे धाटे किंवा गव्हाच्या ओंब्या काढून आणायचे. आम्ही गोवऱ्या जमा करून त्यावर हुरडा भाजून नंतर पोत्यावर घालून झोळीप्रमाणं ते पोतं पकडत असू. नंतर नाना काठीनं झोडपून हुरड्याचे दाणे कणसांतून वेगळे करत. कोवळा हरभरा, ज्वारीचा हुरडा खाण्याचा आनंद आम्ही दरवर्षी भरपूर घेत होतो. त्याची चव अजूनही जिभेवर रेंगाळते.

महाविद्यालयीन शिक्षणासाठी अकरावीपासून आम्ही नगरच्या न्यू आर्टस, कॉमर्स कॉलेजमध्ये प्रवेश घेतला. आम्ही घास गल्लीमध्ये पाच-सहा विद्यार्थ्यांनी मिळून एक खोली भाड्यानं घेतली होती. गावाहून सकाळी दहा-अकरा वाजेपर्यंत जेवणाचे डबे घेऊन सायकलवर बाबा तांबोळी येत असे. सकाळी ताजी भाजी, चपाती, दूध असं सकस जेवण मिळत होतं. मात्र सायंकाळी शिळी भाजी आणि चपाती पाण्याच्या

घोटाबरोबर बळजबरीनं पोटात ढकलावी लागत असे. अण्णांचा आहार कमी, शिवाय सुक्या भाज्या आवडायच्या; परंतु मला थोडासा त्रास होत असे. तथापि सकाळच्या जेवणात अण्णा स्वत:साठी दूध कमी घेऊन माझ्या ताटात जास्त ओतायचे. मला व्यायामाची सवय असल्यानं दररोज संध्याकाळी बाळासाहेब यशंवत रोहोकले आणि मी वाडिया पार्क येथे पै. सहादु गुंजाळ यांच्या मार्गदर्शनानुसार व्यायाम आणि कुस्त्यांची लढत करायचो. व्यायाम करून खोलीवर परतताना भुकेनं पोटात आग होत असे. त्या वेळी दररोज सव्वा रुपयाची डझनभर 'चित्री' केळी घेऊन बाळासाहेब आणि मी खायचो. अण्णांनी जेवणाव्यतिरिक्त कधीही फळं किंवा मिठाई आणून खाल्ल्याचं आठवत नाही. खर्चासाठी मिळणारे दहा-पंधरा रुपये महिनाभर माझ्या एकट्यासाठी ते जाणीवपूर्वक देत असत. मीदेखील त्यांचा जुना शर्ट, पायजमा वापरून घरून दोघांच्या पायजमा-शर्टसाठी नवीन कापड घेण्यासाठी मिळालेले पैसे त्यांना पँट-शर्ट घेण्यासाठी देत असे. कारण भाऊंकडून मिळालेली रक्कम ही पायजमा-शर्टच्या बजेटनुसार मिळायची. त्या रकमेत दोघांसाठी पँट-शर्टचं कापड खरेदी करणं शक्य होत नव्हतं. आमच्या खोलीतील सर्व पार्टनर परिस्थितीनं आमच्यासारखेच असल्यामुळं कॉलेज सुटल्यावर सरळ घरी येत असत. हॉटेलचं जेवण, बाहेर फिरणं, सिनेमा पाहणं अशी चैन कुणीही करत नव्हतं. रात्रीची जेवणं झाल्यावर सर्व जण झोपण्यापूर्वी दोन-तीन तास नियमित वाचन, लेखन करायचे. त्यामुळं इतरांबरोबर माझादेखील अभ्यास चांगला होत असे. अण्णांच्या मागच्या वर्षाच्या वह्या मी सांभाळून ठेवत असल्यानं मला आयत्या नोट्स मिळायच्या. त्यामुळं पुस्तकात किंवा लायब्ररीत जास्त शोधाशोध करावी लागत नसे. वर्षातून दोन-तीन वेळा नाना रोहोकले, सुभाष घोरपडे यांसारखे श्रीमंत मित्र खोलीवर भेटण्यासाठी येऊन चित्रपट पाहण्यासाठी येण्याची गळ घालत. त्या वेळी मी त्यांना इशारा करून अण्णांची परवानगी घेण्याबाबत सुचवत असे. अण्णांना लेक्चर बुडवून सिनेमा पाहणं पसंत नसलं, तरी बाहेरच्या मित्रांच्या मर्जीखातर ते नाईलाजानं परवानगी देत असत. मला मात्र सुट्टीच्या दिवशी सिनेमा पाहणं कधीच शक्य होत नव्हतं. तशी आमची आर्थिक परिस्थितीही नव्हती. परीक्षेपूर्वी साधारण एक महिनाअगोदर कॉलेजचा अभ्यास पूर्ण होत असे. विद्यार्थ्यांनी स्वत: अभ्यास करावा म्हणून प्राध्यापक लेक्चर बंद करत. त्या कालावधीत आम्ही सकाळी दहा वाजता नगर कॉलेजच्या लायब्ररीत जाऊन संध्याकाळी पाचपर्यंत अभ्यास करत बसायचो. नगर कॉलेजची लायब्ररी शांत आणि अतिशय प्रशस्त होती. लाईट-फॅन, मोठमोठी टेबलं, खुर्च्या अशा उच्च दर्जाच्या सुविधा तिथं होत्या. त्यामुळे लायब्ररीत चांगला अभ्यास होत असे. तथापि महिन्यातून एखाद्या वेळी आयकार्डची चेकिंग होत असे. आम्ही न्यू आर्ट्स कॉलेजचे विद्यार्थी असल्यानं चेकिंगच्या वेळी अभ्यास सोडून बाहेर जावं लागत

असे. त्या दिवशी एखाद्या रिकाम्या वर्गखोलीत बसून अभ्यास करावा लागायचा. अशा प्रकारे अण्णांचे आणि माझे कॉलेजचे दिवस गरिबीत; परंतु आनंदात गेले. एप्रिल १९८२ मध्ये बीकॉमची परीक्षा दिल्यानंतर अण्णांनी जवळपास सहा महिने रायतळे येथील पाझर तलावाच्या कामावर मिस्त्री म्हणून काम केलं. चांगली नोकरी मिळवण्यासाठी त्यांचे प्रयत्न सुरू होते.

अण्णा नोकरीसाठी विविध ठिकाणी अर्ज करत असताना त्यांच्या प्रयत्नांना यश आलं आणि एमआयडीसी अहमदनगरमधल्या 'नॅशनल कास्टिंग्ज प्रा. लि.' या कंपनीत त्यांना अकाउंटंटची नोकरी मिळाली. ही कंपनी मोठमोठ्या साखर कारखान्यांची उभारणी करण्याचं काम करत होती. कंपनी चांगली होती. कंपनीचे मालकही चांगलं काम करत होते; परंतु साखर कारखान्यांनी 'नॅशनल कास्टिंग्ज' या कंपनीचं देणं थकवलं आणि ही कंपनी आर्थिक अडचणीत सापडली. कर्मचाऱ्यांचं वेतन वेळेवर मिळेनासं झाल्यानं बहुतांश कर्मचाऱ्यांनी राजीनामे दिले. अण्णांनीदेखील वेतनाअभावी या कंपनीचं काम १९८७ मध्ये सोडलं. तथापि जवळपास चार वर्षं प्रामाणिकपणे सेवा दिल्यामुळं मालक राजीनामा स्वीकारण्यास तयार नव्हते; पण कुटुंबाचा उदरनिर्वाह करण्यासाठी पैसे हवे होते. आयुष्यात सगळी नाटकं करता येतात; पण पैशाचं नाटक करता येत नाही. आर्थिक विवंचनेतून अण्णांनी नॅशनल कास्टिंग्जला निरोप दिला. दरम्यान, अण्णांच्या अनेक उद्योजकांशी ओळखी झाल्या होत्या. वैयक्तिक संबंध आणि मैत्रीचे संबंध निर्माण झाले होते. त्यातील एका ॲग्रो इंडस्ट्रीजच्या मालकांनी ऑफर दिली आणि अण्णांनी जून १९८७ पासून या कंपनीची नोकरी स्वीकारली. कंपनीचे मालक स्वभावानं अतिशय दिलदार होते. सर्व आर्थिक व्यवहार अण्णाच बघत. मालकाचादेखील पूर्ण विश्वास होता. बँकेचे कर्जहप्ते, देणेकऱ्यांचं पेमेंट, कामगारांचं वेतन या सर्व जबाबदाऱ्या यशस्वीपणे सांभाळत असल्यानं मालक त्यांना स्वतःचा पार्टनर असल्याप्रमाणं वागणूक देत असत. कंपनीच्या कामासाठी दोघंही एकाच गाडीतून फिरत असत. अण्णांच्या वैयक्तिक कामासाठीदेखील मालक गाडी आणि ड्रायव्हर घेऊन जाण्याचा आग्रह करत असत. एखादा जवळचा मित्र असल्याप्रमाणं दोघांमध्ये प्रेम निर्माण झालं होतं. ही ॲग्रो इंडस्ट्री ट्रॅक्टरचे नांगर, ट्रॉली, शेतीस पूरक यंत्रसामग्रीचं उत्पादन करत असे. मालक वर्षातून एक-दोन वेळा अण्णा आणि इतर दोन सुपरवायझर्सना घेऊन सुरत, बडोदा अशा ठिकाणी फिरायला जात असत. मोठमोठ्या नामांकित हॉटेलमध्ये त्यांची राहण्याची आणि जेवणाची व्यवस्था होत असे. मालक अतिशय प्रेमळ, मोकळ्या स्वभावाचे, कर्मचाऱ्यांसाठी पुष्कळ पैसा खर्च करणारे होते; परंतु अण्णांनी एकदा त्रयस्थामार्फत त्यांच्याकडून पगारवाढीची मागणी केली असता दारूच्या नशेत ते म्हणाले, 'रोहोकले साहेबांना सांगा की एखादी कंपनी चालवून दाखवा. कंपनी चालवणं किती कठीण काम

असतं ते समजेल.' त्यांची भाषा आणि उत्तरादाखल दिलेला प्रतिकूल प्रतिसाद अण्णांना अपेक्षित नव्हता. मालकांचं ते अपमानास्पद बोलणं अण्णांच्या मनाला लागलं आणि मालकांचं आव्हान स्वीकारत असल्याचा निरोप त्याच त्रयस्थामार्फत त्यांनी मालकांना पाठवला. तथापि दोघांतील मैत्री कायम होती. अण्णांची काम करण्याची प्रामाणिक पद्धत बदलली नव्हती. मनात स्वतःची इंडस्ट्री सुरू करण्याची ज्योत पेटली होती. मात्र त्यासाठी काही अवधी निश्चित लागणार होता. कंपनीत दिवसभर काम करून घरी आल्यावर अंथरुणावर पडल्यानंतर विचार सुरू होत. मनात स्वतःचा उद्योग-व्यवसाय सुरू करण्याची जिद्द शांत झोपू देत नव्हती. ॲग्रो इंडस्ट्रीजचे मालक अण्णांवर सख्ख्या भावाप्रमाणं प्रेम करत होते. नोकराप्रमाणं वागणूक न देता बरोबरीनं, अगदी मित्राप्रमाणं वागवत होते. तथापि त्यांचे ते शब्द अण्णा विसरले नव्हते. त्यामुळं कंपनी सोडण्याचा अण्णांचा निर्धार पक्का होता. तरीही द्विधा मनःस्थिती होती. थोडे दिवस थांबून मालक सुधारण्याची वाट पाहावी असं वाटत होतं; परंतु स्वतःचा उद्योगधंदा सुरू करण्याचं उराशी बाळगलेलं स्वप्न साकार करण्याची संधी पुन्हा मिळणार नाही, असा विचार मनात येत होता. त्यासाठी प्रयत्न सुरू करणं आवश्यक होतं.

असे जयाची दांडगी इच्छा, मार्ग तयाला मिळती सत्तर
नजरेमध्ये नजर रोखुनी, आयुष्याला द्यावे उत्तर

या काव्यपंक्तींप्रमाणे अण्णांच्या मनात खदखद सुरूच होती. ऑफिसमधलं काम सांभाळून अण्णांना कंपनीत सुपरवायझरचंदेखील काम पाहावं लागत असे. त्यातून अण्णांना कंपनीतील उत्पादन प्रक्रियेबद्दल सर्व ज्ञान प्राप्त झालेलं होतं. मालकाचा विश्वास होता; परंतु लक्ष अजिबात नव्हतं. तो कंपनीचे कामकाज अण्णांवर सोपवून महाराष्ट्रभर स्वतःची गाडी घेऊन पर्यटन करत असे. कंपनीला माल पुरवणाऱ्या सप्लायर्सना पेमेंट करण्याची जबाबदारी अण्णांवर असल्यानं काही दिवस चांगले चाललं; परंतु नंतर सप्लायर्सचं देणं थकत गेलं.

चेकबुकवर सही घेण्यासाठी कंपनीची गाडी घेऊन कंपनीच्या मालकाचा शोध घेत अण्णांना वेगवेगळ्या जिल्ह्यांमध्ये फिरावं लागत असे. त्यातून देणेकऱ्यांचं बोलणं ऐकून घ्यावं लागत असे. शेवटी या सर्व त्रासाला कंटाळून अण्णांनी देणेकऱ्यांना मालकाच्या परिस्थितीविषयी सर्व माहिती दिली आणि नोकरीचा राजीनामा देणार असल्याचं सांगितलं. वस्तुस्थिती समजल्यावर बहुतांश देणेकऱ्यांनी अण्णांना धीर देऊन स्वतःची कंपनी सुरू करण्याबाबत सुचवलं आणि पाहिजे तेवढा कच्चा माल उधारीवर देऊ, असं आश्वासित केलं. यातूनच अण्णांच्या स्वप्नांना नवप्रेरणा मिळाली.

स्वतःचा नवीन उद्योग सुरू करताना कंपनीतील सहकारी भोगाडे आणि सातपुते यांना पार्टनर म्हणून घेण्याचं अण्णांनी निश्चित केलं. दोघंही कामात तज्ज्ञ होते. विश्वासू

आणि कार्यक्षम असल्यानं त्यांच्या अनुभवाचा, कार्यक्षमतेचा आणि ज्ञानाचा फायदा नवीन उद्योगाकरता करून घेण्याचंही निश्चित झालं. १९९२ मध्ये अण्णांचे मित्र आणि व्यवसायानं चार्टर्ड अकाउंटंट असलेले अशोक पितळे यांच्याबरोबर बोलणं झालं. पितळेसाहेबांना अण्णांच्या डोळ्यांतला बाणेदारपणा, स्वभावातील प्रामाणिकपणा, चिकाटी, जिद्द आणि दूरदृष्टीची चांगलीच ओळख होती.

"तुम्ही कोणताही उद्योगधंदा चालवण्यास सक्षम आहात. तेवढी क्षमता आणि गुणवत्ता तुमच्या अंगी असून तुम्ही उद्योगात यशस्वी व्हाल, लवकर निर्णय घ्या!" असं अशोक पितळे म्हणाले. अण्णांचा स्वतःच्या कार्यक्षमतेवर विश्वास होताच; शिवाय पितळे साहेबांच्या बोलण्यानंतर आत्मविश्वास अधिकच वाढला. एक दिवस भाऊंना बरोबर घेऊन अण्णा, पितळे साहेबांच्या कार्यालयात गेले. पुन्हा एकदा भाऊंसमोर पितळे साहेबांनी लवकरात लवकर प्रस्ताव तयार करण्याबाबत सूचना केली. त्यासाठी एकत्र कुटुंबातील चाळीस एकर जमीन तारण ठेवून वीस लाख रुपये कर्ज घेण्याचं ठरलं. महाराष्ट्र स्टेट फायनान्स कॉर्पोरेशन या वित्तसंस्थेकडून एकवीस टक्के व्याजदरात कर्ज उपलब्ध होणार होतं. हे तर मोठं जोखमीचं काम होतं; परंतु भाऊंनी होकार दिला आणि एक महिन्याच्या आत सर्व कागदपत्रं उपलब्ध करून दिली. अण्णांनी प्रस्ताव दाखल केला. एमआयडीसीमध्ये दहा गुंठ्यांचा प्लॉट मिळाला. लाईट आणि पाण्याचं कनेक्शन प्रयत्नपूर्वक मिळवण्यात आलं. बांधकाम, मशिनरी उभारणी वगैरे प्रक्रिया सुरळीत पार पडल्या आणि जून १९९३ मध्ये स्वतःची 'वैभव ॲग्रो इंडस्ट्रीज' या नावाची कंपनी प्रचंड कष्टातून साकारलेल्या वैभवासह दिमाखात सुरू झाली. कंपनीचं उद्घाटन आमदार दादा पाटील शेळके, गुलाबराव शेळके, अध्यक्ष महानगर को. ऑप. बँक मुंबई, अर्थतज्ज्ञ सीताराम अडसूळसाहेब, माऊली ज्ञानदेव पठारे आदी मान्यवरांच्या उपस्थितीत पार पडलं. या प्रसंगी भाळवणी पंचक्रोशीतले सुमारे दीडशे प्रतिष्ठित शेतकरी, सामाजिक आणि राजकीय क्षेत्रातील कार्यकर्ते, तसेच एमआयडीसीतले उद्योजक आणि त्यांचे प्रतिनिधी असे एकूण तीनशे ते चारशे लोक उपस्थित होते. कंपनीच्या उभारणीत अण्णांचं वैयक्तिक निरीक्षण आणि अहोरात्र लक्ष असल्यानं वीस लाखांचं बजेट असताना, केवळ तेरा लाखांत कंपनी उभी राहिली. पुढं कंपनीच्या टिकाऊ आणि मजबूत उत्पादनांना शेतकऱ्यांकडून खूप मोठ्या प्रमाणात मागणी वाढली. रात्रंदिवस कामगारांनी उत्पादन सुरू ठेवलं आणि शेतकऱ्यांच्या मागणीप्रमाणं नांगर, ट्रेलर, रोटा व्हेटर, कल्टिव्हेटर, पेरणीयंत्र लेवलिंग ब्लेड इत्यादींचा पुरवठा वेळेवर केला. एमएसएफसीनं कर्जाच्या परतफेडीसाठी आठ वर्षांची मुदत दिलेली होती. मात्र पाच वर्षांतच सर्व कर्जाची परतफेड करण्यात आली. अण्णांची कार्यक्षमता, चिकाटी आणि कामातील सातत्य फळाला आलं. एकत्रित कुटुंबातील जमिनी कर्जमुक्त झाल्या आणि सर्व कागदपत्रं

पाच वर्षांतच परत मिळाला. पितळेसाहेबांनी आणि भाऊंनी आपल्या बंधूवर टाकलेला विश्वास सार्थ ठरला. वडिलांच्या निधनानंतर प्रचंड कष्ट सोसून भाऊंनी कुटुंब सावरलं. नंतर त्यांना नानांची साथ मिळाली. मग लहान बंधूंचं शिक्षण पूर्ण केलं. स्वतः संस्कार जोपासले आणि कुटुंबात आदर्शाचा ठसा भक्कम केला. तो पाया मजबूत होता, याची जाणीव भाऊंना झाली. त्यांच्या चेहऱ्यावर समाधान, आनंद आणि डोळ्यांत नकळत आलेले अश्रूंचे थेंब स्पष्ट दिसत होते. नानांचीदेखील तशीच अवस्था होती. उद्घाटनाच्या दिवशी आईच्या आणि मामांच्या आनंदास पारावार उरला नव्हता. त्यांना आभाळ ठेंगणं झालं होतं. भाळवणी गावातून उद्योग क्षेत्रात पाऊल टाकणारे अण्णा हे शेतकरी कुटुंबातील पहिले तरुण होते. आमच्या कुटुंबातले जवळचे सर्व स्नेही आणि नातेवाईक यांना फार आनंद झाला होता. वडिलांच्या निधनानंतर केलेला खडतर प्रवास आणि सोसलेले कष्ट यांना चांगलं फळ आलं होतं.

अण्णांचं बालपण शेतकरी कुटुंबात गेलं. शेतकऱ्यांच्या समस्यांची त्यांना जाण असल्यानं सर्व ग्राहकांशी त्यांनी प्रेम, आपुलकी, विश्वास आणि जिव्हाळ्याचं नातं निर्माण केलं. दिवसेंदिवस ते वृद्धिंगत होत गेलं. 'वैभव ॲग्रो इंडस्ट्रीज' या कंपनीची भरभराट होत गेली. कंपनीचा पसारा वाढत गेला. जागा अपुरी पडू लागल्यामुळं त्यांनी कंपनीला जोडून असलेला बाजूचा प्लॉट खरेदी केला. मजबूत आणि टिकाऊ उत्पादन, प्रेमाचे स्नेहसंबंध आणि कामातील सातत्य या जोरावर वाढत्या स्पर्धेच्या काळातही अण्णांच्या कंपनीचा व्यवसाय वाढला आणि अजूनही सातत्यानं वाढत आहे.

दिनांक २४ मे १८८३ रोजी रायतळे तालुका पारनेर येथील राजाराम किसन येणारे यांची कन्या मंदा हिच्याशी विवाह झाला. मंदा वहिनींना सर्व जण नानी म्हणूनच ओळखतात.

सन १९९४ मध्ये अण्णा आणि नानी सकाळी लवकर उठून घरातली कामं आवरून मोटार सायकलवरून गावी भाळवणीला जाण्यासाठी बाहेर पडले. त्या वेळी ते टेलिफोन क्वार्टर्समध्ये राहत होते. घरापासून पन्नास शंभर मीटररवर उजवीकडं टर्न घेताना अण्णांचं दुर्लक्ष झालं आणि समोरून वेगात येणाऱ्या स्कूटरवर गाडी धडकली. दोघंही खाली पडले. वहिनींना मुका मार लागला. अण्णांच्या तोंडाला आणि डोक्याला मार लागला. चार दात बाहेर आले होते. चेहरा रक्तबंबाळ झाला होता. अण्णांना दगडी दवाखान्यात ॲडमिट करण्यात आलं. वहिनींवर किरकोळ उपचार करून सोडण्यात आलं. सर्व कुटुंबात चिंता आणि तणावाचं वातावरण होतं. भाऊ तर आठवडाभर अण्णांबरोबर रुग्णालयातच होते. आठ-दहा दिवसांच्या उपचारांनंतर ईश्वरकृपेनं अण्णांच्या तब्येतीत सुधारणा झाली आणि सर्व कुटुंबीयांनी सुटकेचा निःश्वास सोडला. आमच्या कुटुंबावरचं संकट आईवडिलांच्या पुण्याईनं दूर झालं.

अण्णा आणि त्यांचं कुटुंब नगरला राहत असल्यामुळं आमचे पुतणे दिलीप, संदीप, अभिजीत तसेच पुतण्या, भाचे पोपटराव,भाच्या सुनीता, नंदा या बहुतांश मुलांचं अकरावी-बारावीपर्यंतचं शिक्षण त्यांच्या घरी नगरला राहूनच पूर्ण झालं. नानींनी टेलिफोन एक्सचेंजमध्ये नोकरी करून मुलांना शिक्षणाच्या निमित्तानं त्यांच्या कुटुंबात सामावून घेतलं. आज सर्व पुतणे-पुतण्या त्यांच्या नोकरी-व्यवसायात आघाडीवर आहेत. मी (सुधाकर) बीकॉमच्या शेवटच्या वर्षात असताना १९८३ या वर्षी कॉलेज सुटल्यावर दुपारी दररोज जेवायला अण्णांच्या खोलीवर जात असे. माझ्यासाठी दूध, केळी, दोन भाज्या, पाच-सहा चपात्या असा मेनू तयार करून नानी ऑफिसला जायची. १९८५ मध्ये मी मुंबईला बीपीएडचं शिक्षण घेत असताना अण्णा मला दरमहा चारशे रुपये नियमितपणे पाठवत असत. अण्णांची मुलं मिलिंद आणि मयूर दोघंही उच्चशिक्षित आहेत. मिलिंद बी.ई. मेकॅनिकल इंजिनिअर आहे. मयूरनं बी.कॉम., एम.कॉम. नंतर एमबीए केलं आहे. दोघंही कंपनीचं काम यशस्वीपणे सांभाळत आहेत. दोघंही विवाहित असून सुना सुशिक्षित आहेत. श्रेयन आणि इशिता ही अण्णांची नातवंडं अतिशय लोभस आणि देखणी आहेत.

मुलं व्यवसायाचा व्याप सांभाळण्यास सक्षम असल्यानं अण्णांची चिंता दूर झाली आहे. अण्णांनी व्यवसायात यश संपादन करून भाळवणी इथं पाच-सहा एकर जमीन खरेदी केली. विहीर खोदली. तिथं छान फळबाग आणि फार्म हाऊस आहे. नगर येथील तीन मजले असलेला आकर्षक बंगला मनोवेधकच नव्हे, तर आकर्षकही आहे. पुण्यात औंध इथं एक फ्लॅट आहे. अण्णांच्या दोन्ही मुलांचं व्यवसायातलं टीमवर्क, मुलांवर झालेले चांगले संस्कार, निर्व्यसनी, चारित्र्यसंपन्न व्यक्तिमत्त्व, अथक परिश्रम, वैयक्तिक लक्ष, शेतकरी, ग्राहक आणि कामगारांबद्दल आपुलकी शिवाय संकटांना न डगमगता सामोरं जाऊन कामात सातत्य राखण्याचं अवधान हेच अण्णांच्या आतापर्यंतच्या यशाचं गमक आहे, असं म्हणावंसं वाटतं.

•••

निष्ठावंत प्राध्यापक - सुधाकर बापू

आमचे वडील दगडूदादा आणि त्यांची पहिली पत्नी पार्वती यांना गंगूबाई आणि जनाबाई या दोन मुली झाल्या. जनाबाई तीन महिन्यांची असताना आई पार्वतीनं जगाचा निरोप घेतला. नंतर आमच्या वडिलांनी दुसरं लग्न केलं. दुसऱ्या आईचं लग्नापूर्वीचं नाव बबई होतं; परंतु लग्नानंतर तिला पार्वती या पहिल्या आईच्या नावानंच सर्व भाऊबंद आणि नातेवाईक ओळखू लागले. दादा आणि आमची आई यांना एकूण नऊ अपत्यं झाली. त्यात मी आठव्या क्रमांकावर जन्म घेतला. आईवडिलांनी मला सुधाकर हे नाव दिलं. आमचं मध्यमवर्गीय शेतकरी कुटुंब. गाव भाळवणी, ता. पारनेर, जि. नगर. शेतकरी कुटुंबाची पार्श्वभूमी असल्यानं रविवारी आणि इतर सुट्टीच्या दिवसांमध्ये गायी, म्हशी शेताच्या बांधावर, ओढ्याकाठी चरायला घेऊन जायचं. शेतातले पेरू, कवठं, बोरं, चिंचा, निवडुंगाची लाल बोंडं, आंब्याचे पाड-कैऱ्या अशी फळं स्वतःच्या शेतातून किंवा इतराच्या बांधावर जाऊन शोधून आणायची आणि खाऊन फस्त करायची हा आमचा ठरलेला कार्यक्रम असायचा.

मी पाचवीत असताना एकदा मोठ्या मुलांबरोबर नदीच्या काठावरच्या मुरलीधर पवार यांच्या विहिरीवर पोहायला गेलो. मोठी मुलं विहिरीच्या काठावरून पाण्यात उड्या मारत आणि पायऱ्या चढून विहिरीच्या काठावर येत. मला पोहता येत नव्हतं; परंतु मोठी मुलं पाण्यात उभी राहत असावीत. पाण्यात पाय टेकत असावेत, असं वाटलं. मग आपणही उडी मारून बघू या, असा विचार करून मी कपडे काढून काठावरून विहिरीत उडी मारली. एकदा वर आलो आणि गटांगळ्या खाऊ लागलो. नाकातोंडात पाणी शिरलं. पारनाथ नावाचा मित्र ताबडतोब पायऱ्यांवरून खाली आला आणि त्यानं हात देऊन मला पायरीवर ओढलं. त्यानंतर त्यानं कसं पोहायचं ते व्यवस्थित समजावलं. मग त्याच दिवशी मी पुन्हा विहिरीत उतरलो आणि पोहायला शिकलो.

विहिरीत पोहून झाल्यावर घरी परतताना मी पाण्यात बुडाल्याची चर्चा मुलांमध्ये सुरू होती. ती बाजूलाच म्हशी राखत असलेल्या माळी तात्यांनी (भाऊसाहेब

भुजबळ) ऐकली. ते माझ्याजवळ आले. माझी विचारपूस केली आणि हातातील काठीनं माझ्या पार्श्वभागावर जोराचे दोन फटके दिले. मी त्यांच्या हातून कसाबसा निसटून घरी आलो. अर्ध्या तासानं माळी तात्या घरी आले आणि झाला प्रकार त्यांनी माझ्या आईला सांगितला. आईनं मला पुन्हा बदडून काढलं. माळी तात्या निघून गेले. मी घरासमोरच्या ओट्यावर बसून बराच वेळ रडत होतो. रडून झाल्यावर थोड्या वेळानं पाणी पिण्यासाठी घरात गेलो, तर चुलीसमोर बसून आई रडत होती. मला समोर बघून आईला पुन्हा रडू कोसळलं. ती जोरजोरानं कपाळावर मारून घेऊ लागली. तसे मी आईचे हात धरले, तिला शांत केलं आणि रडत रडतच म्हणालो, "अग, आता मी कधीच पाण्यात बुडणार नाही. मी आजच पोहायला शिकलो. माझे मित्र म्हणतात, 'गटांगळ्या खाल्ल्याबिगर पोहायला येत नाही.' माळीतात्यांनी मी गटांगळया खाल्ल्याचं ऐकलं; पण मी पुन्हा विहिरीत पोहल्याची चर्चा न ऐकताच माझ्या ढुंगणावर काठीनं फटके दिले.."

मी सांगत असताना मला मधेच थांबवून आई म्हणाली, "मेल्या, पुन्हा खोल पाण्यात उड्या मारायच्या नाहीत. नाना बरोबर असल्याबिगर पाण्यात उतरल्याचं कानावर आलं तर जळत्या लाकडानं चटके देईन."

आईच्या संतापातून तिचं प्रेम, वात्सल्य बाहेर पडत होतं. त्या बालवयातही तेवढं मला समजलं. श्रावण महिन्यात गावातील काही मुलं तांब्या अथवा कळशी घेऊन सकाळी पाच-सहा वाजता श्री नागेवर मंदिराच्या डाव्या बाजूला असलेल्या डोहात डुबकी मारून उघड्या अंगानं तांब्यात पाणी भरून घेत नागेश्वराच्या पिंडीवर, गणपती, मारुती वगैरेंच्या मंदिरांमध्ये जाऊन देवांच्या मूर्तीवर पाणी वाहून देवाला स्नान घालत. पोहायला शिकल्यानंतर मीदेखील श्रावण महिन्यात देवांना स्नान घालण्याचा नित्यनेम सुरू केला. साधारण दोन-तीन वर्षं सलग श्रावण महिन्यात मी सकाळी डोहात डुबकी मारून ग्रामदैवतांना स्वच्छ पाण्यानं स्नान घालत असे.

आमची मावशी म्हणजे आईची मोठी बहीण सोनाबाई चेमटे हिचं आमच्या गावातच सासर. मावशीचं घर गावाच्या पश्चिमेला दोन-तीन किलोमीटर अंतरावर. मावशीचा मी फार लाडका. दर बुधवारी मावशी बाजारासाठी गावात येत असे. माझ्यासाठी खाऊचा पुडा घेऊन ती झाडाच्या सावलीत बसून माझी वाट पाहात असे. मी भेटल्यावर खाऊचा पुडा माझ्या हाती देऊन माझ्या तोंडावरून हात फिरवायची आणि तिच्या घरी जायची. आई बरोबर असल्यास आईला खोटं खोटं रागवत म्हणायची, 'पोरांना मारत जाऊ नकोस. सुदा तर आपला बाप ठकुजी पाटील तुझ्या पोटाला आलाय. त्याच्या खाण्यापिण्याची काळजी घेत जा.'

आमच्या आईची एक चुलत बहीण होती - केसरबाई. तीदेखील आमच्याच गावात

होती. ही दुसरी मावशीदेखील बुधवारच्या बाजारात भेटल्यावर खाऊसाठी पन्नास पैसे अथवा एक रुपया देत असे. आमच्या आईची एक मानलेली बहीण होती. तिचं नाव सोनाबाई आहेर. ही मावशी चांभार समाजाची, बाजारात बोंबील विकायची; परंतु मी समोर दिसताच एखादा रुपया काढून हातावर ठेवत असे. अशी आपुलकीची माणसं आजूबाजूला भेटल्यानं आमचं सर्व कुटुंब जातपात न मानणारं आणि सेवाभावी वृत्तीचं घडलं असावं, असं जाणत्या वयात वाटू लागलं.

लहानपणापासूनच मला व्यायाम आणि कुस्तीची आवड होती. माळी तात्यांच्या मुलांबरोबर (बबन, आप्पा) त्यांच्या मळ्यात जाऊन जोर-बैठकांचा व्यायाम करत असे. त्यांच्याच तालमीत आम्ही कुस्तीचा सराव करायचो. नागपंचमीच्या आणि शिवरात्रीच्या आखाड्यात, बाजूच्या गावांच्या यात्रेच्या आखाड्यात कुस्ती खेळण्यासाठी मी जात असे. जाताना वडिलांच्या पाया पडून आशीर्वाद घेत असे. त्या वेळी वडील अंथरुणावर पडलेले असतानाही मला एक रुपया देत असत. माझ्या कुस्तीच्या खेळाबद्दल त्यांना आनंद आणि समाधान वाटायचं.

हायस्कूलला असताना मी, माझे वर्गमित्र सुरेश तळुले, विठ्ठल रोहोकले, बापू रोहोकले यांच्या घरी गावात अभ्यासाला जायचो. शाळेची अभ्यासिका रात्री सात ते दहा वाजेपर्यंत होती. त्यांनतर एकट्यानं घरी जाण्यापेक्षा गावातच मित्रांच्या घरी मुक्काम असायचा. माझा मित्र सुरेश तळुले हा त्याचा मामा दगडुभाऊ कपाळे यांच्या घरी राहात असे. त्याची आजी मुक्ताई कपाळे ही संत्री, केळी, मिठाई वगैरे खायला देत असे. त्या माऊलीनं सख्ख्या नातवंडाप्रमाणं माझी काळजी घेतली. गावातील प्रतिष्ठित शेतकरी पिराभाऊदादा रोहोकले यांचे पुतणे नामदेव, विठ्ठल आणि आंजाबापू रोहोकले यांच्या घरीदेखील त्यांची आत्त्या कलुबाई यांनी आम्हाला खूप प्रेम दिलं. अभ्यासाच्या वेळी ती आम्हाला चहा किंवा कपभर दूध देत असे. दहावीत असताना माझा मित्र बाबा शिंदे आणि मी बबनराव डावखरे यांच्या गावातल्या घरात अभ्यास करायचो आणि तिथंच मुक्काम करायचो. बबनराव डावखरे यांच्या घरात गुळाच्या दोनशे- तीनशे ढेपा असायच्या. त्यांच्या गुळाची राखण करण्यासाठी त्यांनी आम्हाला चावी दिलेली होती. एक गुळाची ढेप आमच्यासाठी बाजूला काढून ठेवलेली असायची. आम्ही एनर्जीकरता गूळ खायचो आणि अभ्यास आणि व्यायाम त्याच घरात करायचो, असा आमचा दिनक्रम होता. बाजूच्या खोलीमध्ये पालवे मिस्त्री त्यांच्या कुटुंबासह भाड्यानं राहत होते. त्यांच्याबरोबर ओळख झाली. अधूनमधून ते घरी बोलावून चहा-पोहे खाऊ घालायचे. पती-पत्नी दोघंही फार चांगल्या स्वभावाचे होते. दहावीच्या परीक्षेनंतर सुट्टीमध्ये कॉलेजच्या वह्या पुस्तकांसाठी थोडे पैसे मिळवावे म्हणून गावातल्या काही तरुणांबरोबर नेप्ती फाट्याजवळ रोडवर खडी भरणीच्या कामासाठी गेलो. तिथं चार-

पाच दिवस चांगलं काम केलं; परंतु एक दिवस खडी भरलेलं घमेलं डोक्यावर घेऊन रस्त्यावर उभा असताना अचानक पालवे मिस्त्रींची मोटारसायकल माझ्याजवळ येऊन थांबली. मला डोक्यावरून खडी वाहताना पाहून ते थोडं रागानंच बोलले, "हे काय आहे सुधाकर, तुला काम पाहिजे होतं, तर मला का नाही बोललास? इकडं एवढ्या लांब येण्याची काय गरज होती? चल, तुझं सामान घे आणि गाडीवर बस." पालवे मिस्त्रींना अचानक समोर पाहून मी गलितगात्र झालो होतो. त्यांच्यासमोर एकही शब्द माझ्या तोंडून निघाला नाही. मी मुकाट्यानं माझी कपड्यांची पिशवी उचलली. गँगमनला सांगितलं आणि हातपाय धुऊन पालवे मिस्त्रींच्या गाडीवर मागं बसलो.

दुसऱ्या दिवसापासून पालवे मिस्त्रींनी मला दैठणे गुंजाळ येथील तलावाच्या कामावर मुकादम म्हणून काम दिलं. मजुरांच्या हजेरीचा मस्टर भरण्याचं काम मी करू लागलो. पाच रुपये हजेरीप्रमाणं रविवार वगळून दोन महिन्यांचे मला दोनशे साठ रुपये मिळाले. आई आणि भाऊ यांच्यापैकी कुणीही कामावर जायला सांगितलं नव्हतं; परंतु कॉलेजचा सुरुवातीचा खर्च विचारात घेऊन त्यापैकी काही भार आपण स्वत: उचलावा या उद्देशानं मी कामावर जाण्यास सुरुवात केली होती.

जून १९७८ मध्ये एसएससी पास झाल्यानंतर मी 'न्यू आर्टस कॉमर्स अँड सायन्स कॉलेज, अहमदनगर' इथं अकरावी कॉमर्समध्ये प्रवेश घेतला. मी आणि माझा मोठा भाऊ मधुकर अण्णा इतर चार मुलांबरोबर एकाच खोलीत राहत होतो. दररोज संध्याकाळी माझा मित्र बाळासाहेब रोहोकले आणि मी वाडिया पार्क व्यायामशाळेत जात होतो. तिथं व्यायाम आणि कुस्तीचा सराव करत होतो. त्यामुळं शरीर चांगलं पीळदार दिसू लागलं होतं. कॉलेजला असताना एनसीसी, कुस्ती, कबड्डी, निबंधलेखन, काव्यवाचन, नाट्य अभिनय, एनएसएस असे विविध खेळ, स्पर्धा आणि विविध उपक्रमांमध्ये सहभाग घेतला आणि प्रमाणपत्रं-बक्षिसं मिळवली.

एफवायबीकॉमला असताना तुळजापूरच्या भवानीमातेच्या पालखी यात्रेनिमित्त मी गावी-भाळवणीला आलो. त्या वेळी आमचे मोठे बंधू-भाऊ हे गावचे सरपंच होते. तालमीतल्या इतर चार-पाच पहिलवान मित्रांबरोबर यात्रेत फिरत होतो. कुणीतरी मिठाई खाण्याचा विषय काढला. पुरेसे पैसे कुणाच्याही खिशात नव्हते. आमच्यापैकी कुणीतरी पाळणावाले, जुगारवाले यांच्याकडून वर्गणी वसूल करण्याची कल्पना सुचवली. त्यानुसार आम्ही चार-पाच स्टॉलधारकांकडून प्रत्येकी पन्नास-शंभर रुपयांप्रमाणे पाचशे-सहाशे रुपये जमा केले. नंतर एका चांगल्या मिठाईच्या स्टॉलमध्ये बसून लाडू, जिलेबी घेऊन खाल्ली आणि जमा केलेली रक्कम संपवली. या वसुलीगँगचा प्रमुख अर्थात मीच होतो! आम्ही यात्रेतून बाहेर गेल्यानंतर भाऊ आणि त्यांची इतर प्रमुख कारभारी मंडळी गावच्या विकास कामांसाठी यात्रेची वर्गणी गोळा करत फिरत होती,

तेव्हा, 'तुमच्या गावातील पहिलवान मुलं वर्गणी घेऊन गेली' असं काही स्टॉलधारकांनी सांगितलं. ते ऐकल्यावर भाऊंच्या मनात शंकेची पाल चुकचुकली. घटनेचं गांभीर्य त्यांच्या लक्षात आलं आणि भाऊंना ओशाळल्यासारखं झालं. त्या वेळी कारभारी मंडळींपैकी एक जण म्हणाला, "पहिलवान पोरं खंडणी वसूल करायला लागली. आता आपण घरी शांत बसावं. तरुण पोरांच्या तोंडी लागू नये. गावाचा कारभार त्यांच्या हाती द्यावा." असं उपरोधिक बोलणं सुरू असतानाच एका दुकानदारानं आमचं म्हणजेच वसुली करणाऱ्या मुलांचं हुबेहूब वर्णन केलं. वर्णन माझ्याशी तंतोतंत जुळतंय हे भाऊंच्या लक्षात यायला वेळ लागला नाही. काहीशा नाराजीनंच भाऊंनी इतर कारभारी मंडळींबरोबर वर्गणीचं काम उरकलं आणि संध्याकाळी घरी आल्यावर आईला घडलेला सर्व प्रकार सांगितला. त्या वेळी मी माळी तात्यांच्या तालमीत गेलो होतो. तालमीतून घरी येताना वहिनीनं मला पाहिलं आणि मागच्या दरवाज्यातून घरात जायला सांगितलं. मी मागच्या दरवाज्यातून स्वयंपाकघरात आलो. वहिनीनं मला घाईघाईनं जेवायला वाढलं आणि भाऊ माझ्यावर चिडलेले असल्याचं सांगितलं. घरातील सर्व जण भाऊंच्या खोलीत टीव्ही बघत होते. ती संधी साधून वहिनीनं जेवण वाढलं खरं; परंतु माझ्या घशातून घास खाली जात नव्हता. मोठ्या जिकीरीनं मी अर्धी भाकर पोटात ढकलली आणि मागच्या दरवाजातून बाहेर पडलो. गावातला आमचा चुलत भाऊ-गंगाधर बीएस्सीचा अभ्यास करत होता. त्याच्या कुटुंबातल्या इतर लोक शेतातल्या घरात होते आणि गावातील त्यांच्या घरात तो एकटाच होता. मी तिथं जाऊन झोपलो. रात्री मला लवकर झोप लागली नाही. कारण मनातून बेचैन होतो. मित्रांबरोबर असताना भावनेच्या भरात आपण फार मोठी चूक केल्याची जाणीव झाली. केलेल्या कृत्याचा पश्चात्ताप झाला. आई, नाना आणि भाऊंच्या समोर जाण्याची हिंमत होत नव्हती. दुसऱ्या दिवशी मागच्या दरवाजानंच स्वयंपाक घरात गेलो. वहिनींनी सांगितलं, की भाऊंनी रात्री दोन घास खाऊन ताटात हात धुतला. भाऊंचा संताप अनावर झाला होता. 'मी घेतलेले कष्ट वाया गेले,' एवढं एकच वाक्य भाऊ बोलल्याचं वहिनीनं सांगितलं आणि माझ्या डोळ्यांतून आपोआप अश्रू ओघळायला लागले. आल्या पावली मी मागच्या दरवाजातून बाहेर पडलो आणि नगरला खोलीवर जाऊन कॉलेज आणि अभ्यास नियमित सुरू केला. गुंडांप्रमाणं अशा प्रकारची भाईगिरी पुन्हा करायची नाही, असं ठरवलं. आपल्या गैरवर्तनामुळे गावगाडा चालवताना भाऊंना मान खाली घालावी लागणार नाही अशी प्रतिज्ञा केली. आमचं सर्व कुटुंब संस्कारित, भाऊ प्रतिष्ठित, सभ्य आणि सरळमार्गी, नाना कडक स्वभावाचे, गैरवर्तन खपवून घेणारे नव्हते; त्यामुळं त्यांच्यासमोर गेलो असतो तर? नुसत्या विचारानंच मी आठवडाभर अस्वस्थ होतो. दुकानदारांकडून बेकायदेशीर वसुली करून आम्ही त्यांच्यावर एक प्रकारे अन्यायच

केला होता. यापुढं अन्यायाचा प्रतिकार जरूर करायचा; परंतु कुणावरही अन्याय करायचा नाही, असा निश्चय मी केला. आमचा चुलत बंधू संजय दररोज नगरला तालमीत यायचा. एकदा आम्ही तालमीत भेटलो आणि मी त्याच्याकडं आईसाठी निरोप पोहचवला. मला केलेल्या अपराधाबद्दल फार पश्चात्ताप होत आहे, असं त्यानं सांगितल्यावर घरातील सर्वांचा राग शांत झाला. त्या घटनेनंतर आजपर्यंत कोणतंही गैरवर्तन माझ्या हातून घडलेलं नाही. अन्याय करणाऱ्यांना अद्दल जरूर घडवली. कारण नसताना पुढाकर घेऊन इतरांवर होत असलेल्या अन्यायाविरुद्ध मी तीन-चार वेळा मारामाऱ्यादेखील केल्या.

एकदा नगरला कॉलेजला जात असताना बसमध्ये माझ्याच वयाचा एक तरुण दरवाजातून पुढं जात होता. त्याच्या मागं स्टँडजवळ राहणारे गावातील प्रतिष्ठित वृद्ध गृहस्थ चेमटे बाबा आणि त्यांच्यानंतर मी बसच्या दरवाजातून पुढं जात होतो. सर्वांत पुढं असलेल्या तरुणाला वृयोवृद्ध चेमटे बाबांचा धक्का लागला. त्याचा राग येऊन त्या तरुणानं चेमटे बाबांना जोराचा धक्का दिला. त्यामुळं त्यांच्या डोक्यावरचा फेटा पडला. ते बसमधून खाली पडत होते, त्यांना मी सावरलं. आधार दिला. फेटा उचलून त्यांच्या हातात दिला. त्या तरुणानं अर्वाच्य भाषा वापरून त्यांचा अपमान केला. हे सर्व माझ्यासमोर घडल्यामुळं माझी सहनशीलता संपली आणि मी पुढं जाऊन त्या तरुणाच्या कानशिलात ठेवून दिल्या. बसच्या कंडक्टरसह बऱ्याच प्रवाशांनी मला धन्यवाद दिले. त्या तरुणानं मात्र मला कोणतीही शिवीगाळ केली नाही. याचा अर्थ अन्याय करणारे घाबरट असतात. गरज असते फक्त त्यांना वेळीच प्रतिकार करण्याची, हे माझ्या लक्षात आलं. असंच एका उन्हाळ्याच्या सुटीत मी घरी असताना संध्याकाळी सातच्या सुमारास एक व्यक्ती घरी धावत आली आणि भाऊंना सांगू लागली, की गावातील एक माजी सैनिक दारूच्या नशेत कपाळे मामांना शिवीगाळ करत आहे. त्याच्या भीतीनं कपाळे मामा एका हॉटेलमध्ये लपून बसले आहेत. तो तरुण हॉटेलबाहेर उभा राहून त्यांना ठार मारण्याची धमकी देत आहे. कपाळे मामांचं वय त्या वेळी साठ वर्षं असावं. भाऊंनी माझ्याकडं पाहिलं. मी विचारलं, 'मी जाऊ का?' भाऊंनी होकारार्थी मान डोलावली आणि मी धावतच त्या हॉटेलसमोर गेलो. हॉटेलसमोर पन्नास-शंभर लोक जमा झाले होते; पण कपाळे मामा एक प्रतिष्ठित व्यक्ती असूनही कुणी त्यांना मदत करायला धजावत नव्हतं. तो माजी सैनिक हॉटेलच्या बाहेर उभा राहून त्यांना ठार मारण्याची धमकी देत होता. माझा राग अनावर झाला. आम्ही सर्व बंधू, कपाळे मामांचा वडिलांप्रमाणं आदर करत होतो. तशी सर्वच ज्येष्ठांप्रती माझ्या मनात आदर आणि सन्मानाची भावना होती, आजही आहे. रागाच्या भरात मी त्या माजी सैनिकाला चांगला पंधरा-वीस मिनिटं बदडून काढला. त्यानं माफी मागितल्यावर मी मारणं बंद

केलं. मला मात्र त्यानं शिवीगाळ किंवा कोणाताही प्रतिकार केला नाही. त्यानंतर असं समजलं, की तो घरी पत्नी आणि लहान मुलांना असाच त्रास द्यायचा. त्यानं कधी परत त्यांना त्रास दिला तर त्याची पत्नी म्हणत असे, 'सरपंच भाऊंच्या घरी जाऊन सांगते आणि भाऊंना बोलावून आणते.' त्यानंतर त्यानं पत्नी आणि मुलांना त्रास देणंसुद्धा थांबवलं. याचाच अर्थ अन्यायाचा प्रतिकार करणं आवश्यक असतं. प्रत्येक वेळी कायदा हातात घेतला पाहिजे, असं मी म्हणणार नाही; पण अन्यायाविरुद्ध दुर्बलांनी संघटित व्हावं आणि सबलांनी दुर्बलांना मदत करावी; परंतु अन्याय सहन करू नये. पोलिसांकरवी अथवा संघटितपणे प्रतिकार करावा.

जून १९८३ मध्ये मी प्रथम श्रेणीत बी.कॉम. झालो आणि एम.कॉम. पहिल्या वर्षासाठी प्रवेश घेतला. त्याच काळात पारनेर सहकारी साखर कारखान्याची उभारणी सुरू होती. माझ्या नावाची शिफारस कॉ. बाबासाहेब ठुबे आणि नंदकुमार झावरे या दोन नेत्यांनी केल्यामुळं पहिल्या दहा-बारा व्यक्तींच्या भरतीमध्ये मला स्टोअर डिपार्टमेंटमध्ये कारकुनाची नोकरी मिळाली. त्या वेळी तालुक्यातील सर्व पक्षांतले प्रमुख नेते भाऊंचा आदर करत असत. साखर कारखान्यात पगार मिळत नव्हता. दर महा फक्त दीडशे रुपये बेकारभत्ता मिळत असे. आम्ही चार जणांनी मिळून वडझिरे या गावात एक खोली भाड्यानं घेतली होती. तिथून कारखान्यापर्यंत साधारण चार किलोमीटर दररोज सायकलवर प्रवास होत असे. दोन्ही वेळचं जेवण कारखान्यातील मेसमध्ये शंभर रुपये महिना याप्रमाणं स्वस्तात मिळत असे. जेवण अतिशय चांगल्या दर्जाचं होतं.

रात्रीच्या जेवणानंतर आम्ही स्टँडजवळ रोडवर येऊन शतपावली करायचो. एक दिवस रात्री आठच्या सुमारास कारखान्यातील एका कॉन्ट्रॅक्टरची जीप वडझिरे गावात येऊन थांबली. कारखान्याचे चेअरमन पुढं बसले होते. त्यांची कार खराब झाल्यामुळं त्यांना त्यांच्या घरी सोडण्यासाठी कॉन्ट्रॅक्टरनं जीपची व्यवस्था केली होती. मी सहज जीपमध्ये डोकावलो तर जीपमध्ये सिमेंटच्या साधारण आठ-दहा गोण्या दिसल्या. मी पुढं बसलेल्या चेअरमन साहेबांना त्याबाबत सांगितलं, 'साहेब, या गाडीतून आठ-दहा गोण्या सिमेंट कारखान्यातून बाहेर जात आहे. त्यांनी ताबडतोब खाली उतरून ड्रायव्हरला बोलावलं आणि त्याच्या एक कानशिलात लगावली आणि गाडी पुन्हा कारखान्यात घेण्यास सांगितली; परंतु ते सर्व नाटक होतं. कारण चेअरमन ज्या जीपमधून घरी जात होते, त्या कच्च्या रोडवर मागच्या सिमेंटच्या गोणींमधून धूळ उडालीच असेल. तसेच कारखान्यातून सुरक्षा रक्षकांच्या तपासणीच्या वेळी या जीपकडे जाणीवपूर्वक दुर्लक्ष केलं गेलं असेल. कारण त्या वेळी चेअरमनच्या गावी त्यांच्या बंगल्याचं काम सुरू होतं. विशेष म्हणजे मी चोरी पकडून दिल्याची कोणत्याही

प्रकारची दखल चेअरमनसाहेबांनी घेतली नाही. त्याबद्दल साधे शाब्दिक धन्यवादही दिले नाहीत. त्या घटनेनंतर माझं मन कारखान्यातल्या नोकरीत रमलं नाही. वडझिरे गावचे सरपंच कॉ. बबनराव गंधाक्ते हे भाऊंचे मित्र होते. त्यांनी बऱ्याच वेळा आग्रह करून घरी नेलं आणि जेवू घातलं. अगदी धाकट्या भावाप्रमाणं माझी काळजी घेतली.

जून १९८४ मध्ये एम.कॉम. प्रथम वर्षाचा निकाल मिळाला. मी प्रथम श्रेणीत पास झालो. कारखान्याची नोकरी सांभाळून मी अभ्यास केला आणि चांगले मार्क मिळाल्यानं साखर कारखान्याची नोकरी सोडली. एम.कॉम. द्वितीय वर्षाचा अभ्यास कॉलेजला नियमितपणे जाऊन केला. एमकॉमच्या द्वितीय वर्षातदेखील चांगले मार्क्स मिळाले. त्यानंतर मी मुंबईतील वडाळा कॉलेजला बी.एड. (फिजिकल) या अभ्यासक्रमासाठी अर्ज भरला. त्यासाठी मला माझे मित्र प्रा. बबन भुजबळ यांनी मार्गदर्शन केलं. बीपीएड कॉलेज प्रवेश निश्चित झाल्याचं पत्र आल्यावर फी भरण्यासाठी मे महिन्यात माझे मित्र मच्छिंद्र बोडखे आणि मी मुंबईला गेलो; परंतु ट्रॅफिकमुळं आमची बस कल्याणला उशिरा पोहोचली. आम्ही सहा वाजेपर्यंत कॉलेजला पोहोचू शकलो नाही. कॉलेजचं कार्यालय बंद झालं. मच्छिंद्रच्या ओळखीच्या नवीन प्राध्यापकांची भेट झाली. प्रवेश फीसाठी आणलेले दोन हजार रुपये आम्ही त्यांच्याजवळ दिले. त्यांना मच्छिंद्रनं माझी फी कार्यालयात भरण्याची विनंती केली. उद्या फी भरतो, असं त्यांनी सांगितलं. त्यानंतर आम्ही उल्हासनगरला मच्छिंद्रच्या बहिणीच्या घरी मुक्काम केला व दुसऱ्या दिवशी सकाळी गावी परत आलो. त्यानंतर जूनच्या पहिल्या आठवड्यात कॉलेजचा टेलिग्राम घरी आला. दोन दिवसांत प्रवेश न घेतल्यास प्रवेश घेता येणार नाही असं त्यात लिहिलं होतं. याचा अर्थ त्या प्राध्यापकांनी माझा प्रवेश घेतला नव्हता. कुटुंबाची आर्थिक अडचण असताना भाऊंनी मला दोन हजार रुपये प्रवेशासाठी दिले होते. आमचे मेव्हणे ज्ञानदेव कुंडलिक दाजी यांना मी ही सर्व हकीगत सांगितली. त्यांनी मला पुन्हा दोन हजार रुपये दिले. भाऊंना, नानांना आणि आईला हे कळू देऊ नका अशी विनंती मी त्यांना केली आणि मुबंईला जाऊन ॲडमिशन घेतली.

जून १९८५ पासून कॉलेज सुरू झालं. कॉलेजच्या इमारतीत तिसऱ्या मजल्यावर आठ-दहा विद्यार्थ्यांसाठी एका मोठ्या हॉलमध्ये राहण्याची व्यवस्था करण्यात आली होती. तेच आमच्या वडाळा कॉलेजचं छोटंसं हॉस्टेल होतं. बीपीएड कॉलेजला गेल्यावर सहा महिन्यांनी मच्छिंद्रनं त्या प्राध्यापकांकडून माझ्या प्रवेशासाठी दिलेली रक्कम मला परत मिळवून दिली. बीपीएड कॉलेजमध्ये असताना निबंध स्पर्धा घेण्यात आली. कॉलेजमध्ये माझ्या निबंधाला प्रथम क्रमांक मिळाला. माझा प्राचार्यांनी सत्कार केला आणि मला 'सार्वजनिक बाबूराव' हे पुस्तक बक्षीस म्हणून सन्मानपूर्वक देण्यात आलं.

बीपीएड कॉलेजचे प्राचार्य डॉ. कानडे हे अतिशय शिस्तप्रिय; परंतु विक्षिप्त स्वभावाचे होते. आम्हा हॉस्टेलच्या मुलांकडून आठवड्यातून एकदा तिसऱ्या मजल्यावरची गॅलरी, संडास, बाथरूम आणि जिना साफ करून घेत. कॉलजचे सर्वच प्राध्यापक अतिशय शिस्तप्रिय आणि मेहनती होते. त्यांच्या अध्यापनात आत्मीयता होती. मैदानावरचे खेळ, व्यायाम आणि क्लासरूममधील लेक्चर्स, सर्व काही अगदी ठरल्या वेळेप्रमाणं होत असे. एकूण प्रशिक्षण आणि कॉलेजचा दर्जा अतिशय चांगला, उच्च प्रतीचा होता. दररोज दुपारी मी नियमितपणे लायब्ररीत बसून किमान दोन तास वाचन करत असे. कॉलेजचे एक प्राध्यापक डॉ. पारगावकर यांनी माझ्यावर मोठ्या भावाप्रमाणं प्रेम केलं. मला अभ्यास करण्यास सतत प्रेरणा दिली. मार्गदर्शन केलं. मी १९८५-८६ या वर्षी मुंबई विद्यापीठात प्रथम क्रमांकानं बीपीएड ही पदवी परीक्षा उत्तीर्ण झालो. या कॉलेजात प्रवेश घेताना माझे जवळचे मित्र प्रा. बबनराव भुजबळ एकदा मला भेटण्यासाठी आले होते. त्यांनी सर्व प्राध्यापकांशी माझी ओळख करून दिली आणि 'हा कॉलेजमध्ये प्रथम क्रमांक मिळवेल,' असं माझ्याबद्दल म्हणाले होते. त्यामुळं माझा आत्मविश्वास वाढला आणि त्यामुळं मी अभ्यासात सातत्य राखलं. त्याचं चांगलं फळ मिळालं.

बीपीएड कॉलेजमध्ये मला एल. के. म्हस्के, चंद्रभान सातपुते, मधुसिंग जाधव, मुकुंद फडतरे, (कै.) विश्वनाथ महाडेश्वर यांच्यासारखे चांगले मित्र लाभले. प्रा. पारगावकर, प्रा. केंद्रे यांच्यासारखे योग्य मार्गदर्शक लाभले. बीपीएड कॉलेजमध्ये सकाळ आणि दुपार अधिवेशन सुरू होण्यापूर्वी रनिंग आणि वॉर्मिंगअप एक्सरसाईज करून घेतात. एकदा रनिंग करत असताना माझ्या बाजूलाच असलेल्या कदम नावाच्या मित्रानं मला मस्करीमध्ये कोपरानं जोराचा धक्का दिला. मीदेखील धावता धावता त्याला तसाच धक्का दिला. हे माझा दुसरा मित्र पैलवान लालू म्हस्के यानं पाहिलं आणि धावतच पुढं येऊन त्यानं कदमच्या कानशिलात लगावली. ते पुढं धावत असलेल्या प्रा. केंद्रे यांनी पाहिलं. पीटी थांबवून त्यांनी पैलवान म्हस्केला स्टेडियमच्या सर्व पायऱ्या दहा वेळा चढण्याची शिक्षा दिली. मला फार वाईट वाटलं. माझा मित्र शिक्षा भोगत होता; परंतु माझी मस्करी करणारा कदम आणि मी मात्र हसत होतो. त्याला झालेली शिक्षा मी सरांना सांगून कमी करायला हवी होती, याची खंत मला पुढं अनेक वेळा वाटत राहिली.प्रा. पारगावकर हे लेझिम आणि मानसशास्त्र शिकवताना स्वतःला विसरून जात. प्रा. केंद्रे हे जिम्नॅस्टिक, फुटबॉल, कबड्डी, खो-खो अशा विविध खेळांत अव्वल स्थानी असायचे. जून १९८६ पासून मला आर. एम. भट्ट हायस्कूलमध्ये क्रीडा शिक्षकाची नोकरी बीपीएडचा निकाल घोषित होण्यापूर्वीच मिळाली. तथापि त्या नोकरीत माझं मन रमलं नाही. मी एमकॉम असल्यामुळं मला

कॉमर्सचा प्राध्यापक होण्याची आस लागली होती. त्यामुळं २६ जुलै १९८६ पासून मी विकास ज्युनियर कॉलेज, विक्रोळी इथं कॉमर्स अध्यापक म्हणून नोकरी स्वीकारली. तत्पूर्वी या कॉलेजमध्ये मुलाखती घेण्यासाठी उपप्राचार्य एस. आर. मिश्रा आणि ज्येष्ठ प्रा. के. एल. गर्जे या दोन दिग्गजांनी सुरुवातीला काही प्रश्न विचारले. नंतर बारावीच्या वर्गावर माझा डेमो लेसन पाहिला. माझी शिकवण्याची पद्धत त्यांना आवडली. त्यामुळे विकास ज्युनियर कॉलेजमध्ये माझी निवड झाली.

विद्याविकास एज्युकेशन संस्थेचे संस्थापक - अध्यक्ष मा. प. म. राऊत सर आणि त्यांच्या पत्नी विद्या प. राऊत मॅडम दोघंही अतिशय शिस्तप्रिय. त्यांच्याजवळ गुणग्राहकता असल्यानं प्रामाणिकपणे काम करणाऱ्या कर्मचाऱ्यांना ते वेळोवेळी संधी देत असत. मला राऊत सरांनी रात्र ज्युनियर कॉलेजमध्येदेखील अर्धवेळ नोकरी दिली. एकाच संस्थेत मी दोन नोकऱ्या केल्या. दुपारच्या वेळात ट्युशन क्लासमध्ये अध्यापन करत असे.

दि. १४ मे १९८७ रोजी माझं लग्न पानोली येथील (स्व.) भाऊसाहेब रभाजी शिंदे यांची कन्या नंदा (श्रद्धा) हिच्याशी झालं. खरं तर श्रद्धाची डॉक्टर होण्याची खूप इच्छा होती; परंतु तिच्या वडिलांच्या निधनानंतर तिचं सर्व शिक्षण काका बाळासाहेब शिंदे यांनी केलं. श्रद्धानं पहिल्या वर्गापासून कायम प्रथम क्रमांक मिळवला. डीएडलादेखील तिचा नगर जिल्ह्यात प्रथम क्रमांक आला.

श्रद्धा मुंबई महानगरपालिकेत शिक्षिका असल्यानं आमचं मुंबईत स्वतःचं घर झालं. दोन्ही मुली डॉक्टर झाल्या. गावी एकत्र कुटुंबास मदत करणं शक्य झालं. सेवा कालावधीत संस्थेच्या प्रत्येक कार्यक्रमात, उपक्रमांत मी पुढाकार घ्यायचो. स्वतःला झोकून देऊन, देहभान विसरून घेतलेली जबाबदारी मी पार पाडत असे. त्यामुळं प्रत्येक कार्यक्रम यशस्वी होत असे. त्याबाबत संस्था अध्यक्ष आणि इतर मान्यवरांकडून कौतुक व्हायचं, शुभेच्छा मिळायच्या. मुळात एखाद्या मोठ्या कार्यक्रमाची जबाबदारी माझ्याकडं सोपवली जाणं हाच मला स्वतःचा सन्मान वाटत असे. बालवयातच कुटुंबातून चांगले संस्कार मिळाल्यानं, अंगमेहनतीची सवय आणि कार्यक्षमता यामुळे स्वतःबद्दल आत्मविश्वास असल्यानं मी कोणतीही अतिरिक्त जबाबदारी संपूर्ण सेवा कालावधीमध्ये कधीही टाळली नाही. त्यामुळं माझ्या स्वतःच्या व्यक्तिमत्त्वाला योग्य आकार मिळाला. त्यातूनच चालून आलेल्या प्रत्येक संधीचा मी योग्य उपयोग करून घेतला. प्रत्येक कार्यक्रम-उपक्रम यशस्वी करणं हे स्वतःसाठी आव्हान समजून मी त्याला माझ्या परीनं न्याय देण्याचा प्रयत्न केला.

कोणतंही काम पूर्ण क्षमतेनं आणि प्राण ओतून करावं, निराशेनं करू नये; कारण त्यात आपण स्वतःच उद्ध्वस्त होतो. लोक तर ढासळलेल्या घराच्या विटासुद्धा

सोडत नाहीत. संकटांवर अशा प्रकारे तुटून पडायचं, की जिंकलो तरी इतिहास आणि हरलो तरी इतिहास घडला पाहिजे. आपण यशस्वीपणे सांभाळलेली जबाबदारी अथवा कामाच्या ठिकाणी एका दिवसासाठी का होईना आपण कमावलेल्या माणसांना आपली उणीव भासली, पोकळी निर्माण झाली, की आपण जिंकलो असं समजावं.

विकास ज्युनिअर कॉलेजमध्ये २०००-२००७ या कालावधीत के. एल. गर्जे हे उपप्राचार्य होते. गर्जे सरांचं व्यक्तिमत्त्व अतिशय रुबाबदार आणि भारदस्त! स्वभाव वरवर कडक; परंतु आतून अतिशय मनमिळाऊ होता. स्पष्टवक्तेपणा, खरेपणा ही त्यांच्या स्वभावाची खास वैशिष्ट्यं होती. त्यांचं राहण्याचं ठिकाण कॉलेजजवळच होतं. सकाळी साडेनऊ वाजता मधल्या सुटीत कॉलेजचा शिपाई त्यांच्या घरी जाऊन त्यांचा जेवणाचा डबा आणत असे. आणखी दोघांना पुरेल एवढा मोठा डबा ते जाणीवपूर्वक मागवत असावेत. जवळपास सात वर्षं त्यांनी मला मधल्या सुट्टीत ताजं आणि गरम जेवण खाऊ घातलं. स्वतःचा धाकटा भाऊ समजून त्यांनी माझ्यावर उदंड प्रेम केलं. दररोज जेवणाचा डबा उघडून ते माझ्यासाठी थांबायचे. एवढं सहकाऱ्यांचं प्रेम मिळावं, हे माझं भाग्य!

विकास नाईट ज्युनिअर कॉलेजचे उपप्राचार्य अर्जुन जाधव सर हे रात्री कॉलेज सुटल्यावर विक्रोळी ते ठाणे हा प्रवास रिक्षेनं करायचे. दररोज शंभर-सव्वाशे रुपये रिक्षाभाडे ते स्वत: देत असत; परंतु मला बरोबर घेऊनच ते जायचे. जाताना मला मुलुंडच्या सिग्नलजवळ सोडून पुढं जायचे. जाधव सरांनी मला कधीच रिक्षाभाडं देऊ दिलं नाही. मा. गर्जे सर व मा. जाधव सर या दोन्ही उपप्राचार्यांना माझ्यामध्ये कोणते आदर्श जाणवले हे मला सांगता येणार नाही; परंतु मोठ्या बंधूप्रमाणं माझ्यावर हक्कानं जबाबदारी सोपवून त्यांनी विश्वास दाखवला हे निश्चित!

दिवसरात्र कॉलेजच्या सेवा कालावधीत मला जाधव सर, धावणे सर, कुसाळे सर, खोडपे सर, वाघमारे सर, आराख सर, पवार सर, लोखंडे सर, व्हटकर सर, मिश्रा सर, शेख सर यांच्यासारखे जिवलग मित्र लाभले. मी माझं काम प्रामाणिकपणे करून उपप्राचार्यांच्या कामात त्यांना मदत करायचो. २००७ ते २०२० या कालावधीत मी स्वतः उपप्राचार्य म्हणून काम पाहिलं. विकास ज्युनिअर कॉलेजमध्ये प्राध्यापक म्हणून काम करत असताना मी कॉलेजचे स्पोर्ट्स, राष्ट्रीय सेवा योजना, प्रजासत्ताक दिन कार्यक्रम, स्वातंत्र्यदिन सोहळा, गांधी जयंती रॅली, युवक सभा गणेशोत्सव अशा विविध उपक्रमांमध्ये जबाबदारी घेऊन पुढाकार घेतला. त्याबद्दल संस्थेनं अनेक वेळा माझा सत्कार केला. माझ्यातील नेतृत्व गुणांना त्यामुळं प्रेरणा आणि प्रोत्साहन मिळालं. संस्थेचं व्यवस्थापन, विद्यार्थी, पालक आणि संस्थेतले सहकारी शिक्षक-शिक्षकेतर कर्मचारी यांच्या मनात 'आदर्श उपप्राचार्य' अशी माझी ओळख निर्माण

झाली. सर्व सहकाऱ्यांशी माझे स्नेहाचे-मैत्रीचे संबंध असल्यानं माझ्याबद्दल सर्वांच्या मनात आपुलकीची भावना असायची. माझ्या सेवाकालावधीत मला सर्व सहकाऱ्यांनी प्रत्येक कामात सहकार्य केलं. माझ्या उपप्राचार्यपदाच्या कालावधीत एचएससी परीक्षेचे निकाल सतत पंच्चान्नव ते शंभर टक्क्यापर्यंत मिळाले. एनएसएसमध्ये जवळपास वीस वर्षं मी मुंबई जिल्हा, उत्तर विभागाचा समन्वयक म्हणून काम पाहिलं. चांगल्या कामाबद्दल मला गुरू द्रोणाचार्य पुरस्कार, शिक्षक मित्र पुरस्कार, व्यक्तिमत्त्व सन्मान, साने गुरुजी पुरस्कार, राज्यपाल शंकरनारायणन् यांच्या हस्ते सन्मान असे विविध पुरस्कार आणि सन्मान प्राप्त झाले. माझी पत्नी श्रद्धा हिलादेखील २०२१-२०२२ या वर्षाचा मानाचा 'मुंबई महापौर आदर्श शिक्षक' पुरस्कार मिळाला. घरातील शोकेसमधल्या सर्व स्मृतिचिन्हं आणि फाईल्समधल्या विविध प्रमाणपत्रांवर नजर फिरवल्यावर आपण चांगले काम केल्याचा सार्थ अभिमान वाटतो. आपुलकीच्या माणसांची मोठी कमाई केल्याचं समाधान लाभतं आणि जीवन सार्थकी लागल्याचा नित्य नूतन आनंद मिळतो.

माझी मोठी मुलगी डॉ. प्रियंका ही डेंटिस्ट असून कांदिवली स्टेशन पश्चिम, चारकोप आणि गोराई अशा तीन ठिकाणी तिची क्लिनिक आहेत. जावई डॉ. नितीन पवार फिजिशियन असून त्यांनी 'ऑस्कर ग्रुप ऑफ हॉस्पिटल्स' या नावानं पार्टनरशिपमध्ये आतापर्यंत बारा हॉस्पिटल्स उभारली आहेत. त्यांचा मित्रपरिवार आणि जनसंपर्क अतिशय चांगला असून सुमारे बाराशे कर्मचाऱ्यांना त्यांनी रोजगार उपलब्ध करून दिला आहे. डॉ. नितीन आणि डॉ. प्रियंका यांना साडेचार वर्षांचा राजवीर हा गोड मुलगा असून त्याच्याबरोबर दिवसभर खेळण्या, रमण्याचा मनसोक्त आनंद आज सेवानिवृत्तीच्या काळात आम्ही घेत आहोत. त्याचे बोबडे बोल ऐकून कान तृप्त होतात.

छोटा राजवीर अतिशय प्रेमळ, खोडकर आणि खेळकर स्वभावाचा आहे. आजोबांचं पेन, डायरी, चष्मा, गाडी या सर्व वस्तूंवर तो हक्क सांगतो. तसंच आजोबांकडूनच त्याला अंघोळ करून घ्यायची असते. आजोबांच्या हातूनच तेल, क्रीम, पावडर लावून कपडे घालून घ्यायचे असतात. त्याचा असा हट्टीपणा माझ्या जीवनातला परमोच्च आनंदाचा आणि समाधानाचा क्षण असतो.

माझी छोटी कन्या प्राजक्ता एम.डी. डरमॅटॉलॉजिस्ट असून ती रशियातल्या मॉस्को विद्यापीठातून प्रथम क्रमांकानं पास झाली आहे. सध्या ती अमेरिकेतील सॅन फ्रॅन्सिस्को विद्यापीठात 'एम.एस. इन डिजिटल हेल्थ' या विषयाचं शिक्षण घेत असून याच विद्यापीठात ती अर्धवेळ नोकरीदेखील करत आहे.

माझी पत्नी श्रद्धा ही अडीच वर्षांची असताना तिचे वडील वारले. तिची बहीण डॉ. अनघा ही तर आईच्या उदरात सात महिन्यांच्या गर्भावस्थेत होती. तथापि त्यांचे काका

बाळासाहेब शिंदे सर यांनी मोठ्या बंधूंच्या दोन्ही मुलींना शिक्षण दिलं, वडिलांचं प्रेम दिलं. त्यांचा मायेनं सांभाळ केला. त्यांचे दुसरे काका रावसाहेब शिंदे यांनी माझी पत्नी आणि तिची बहीण अनघा यांच्या विवाहाचा सर्व खर्च स्वतः केला. दोन्ही काकांनी त्यांना स्वतःच्या मुलींप्रमाणे प्रेम दिले. एवढेच नव्हे तर बाळासाहेब शिंदे सर हे भावाच्या मुलींच्या लग्नानंतर आजपर्यंत त्यांना शेतातली फळं, कडधान्यं, धान्य आवर्जून पुरवतात. मागच्या सदतीस वर्षांपासून त्यांचा हा नित्यक्रम सुरू आहे.

आज माझी पत्नी एमए, बीएड् आहे, तर डॉ. अनघा बीएएमएस असून मुंबईत ती आणि तिचे पती डॉ. प्रफुल्ल यांचे दोन दवाखाने आहेत. ते दोघंही त्यांचे 'युनायटेड हॉस्पिटल' यशस्वीपणे सांभाळत आहेत. माझी पत्नी श्रद्धा आणि तिची बहीण अनघा आवटे यांना जे काही यश प्राप्त झालं, ते त्यांच्या अभ्यासातील एकाग्रतेमुळं, प्रतिकूल परिस्थतीमुळं आणि त्यांच्या मागं अहोरात्र सावलीसारखे उभे राहणारे त्यांचे काका बाळासाहेब शिंदे सर यांच्यामुळंच! जीवनात असं उदंड प्रेम देणारी देवमाणसं अभावानंच भेटतात. मात्र परमेश्वर त्यांना योग्य ठिकाणी योग्य वेळी आपले प्रतिनिधी म्हणून पाठवतो आणि त्यांच्या हातून स्वतःचं कार्य पूर्ण करवून घेतो, असं माझं मत आहे. म्हणूनच आज मी सेवानिवृत्तीच्या काळात 'कृतार्थ मी, कृतज्ञ मी' अशा समाधानी वृत्तीनं नातू राजवीरच्या सहवासात निरामय, निरोगी, आनंदमय जीवन जगत आहे, याचं मला मनस्वी समाधान आहे.

●●●

कष्टाळू संपतदादा

संपतदादा आम्हा भावांमध्ये सर्वांत लहान. उंच, गोरापान, देखणा! नाक-डोळे आकर्षक आणि स्वभावानं साधा सरळ. कुटुंबातलं शेंडेफळ असलेल्या संपतदादाचा जन्म १९६७ चा. आईचा लाडका असल्यानं चौथ्या इयत्तेतच त्यानं शाळा सोडली. तसा शाळेत तो हुशार होता. तिसरीत असतानाच त्याला 'ए बी सी डी' आणि इंग्रजी एक ते शंभरपर्यंतचे अंक तोंडपाठ होते. हे सर्व मी त्याला शिकवलं होतं. तो सर्वांसमोर ते म्हणूनही दाखवत असे; परंतु चौथीत असताना आईच्या अति लाडामुळं तो शाळेत जात नव्हता. गायी-म्हशी सांभाळण्याचं काम मात्र तो मोठ्या आवडीनं करायचा. म्हणून आईनं त्याची शाळा बंद केली. तेव्हा मी लहान असूनही मला खूप वाईट वाटत होते. त्याच्या शिक्षणासाठी मी आईबरोबर भांडलो, रागावलो आणि रुसलोदेखील; परंतु तिच्या जुन्या विचारांसमोर आम्हा सर्वांना हार पत्करावी लागली.

शिक्षण अर्धवट सोडल्याचा संपतदादाला आता पश्चात्ताप होत आहे. म्हणतात ना, 'काळ कुणासाठी थांबत नाही आणि हातातून निसटलेली वेळ पुन्हा येत नाही.' संपतदादानं शाळा शिकावी असं मला मनोमन वाटायचं; परंतु आईला आणि संपतदादाला समजावणं शक्य झालं नाही. आमचे मोठे बंधू (भाऊ) राजकारणात सक्रिय झाल्यानंतर त्यांना शेतीची कामं करण्यास वेळ मिळेनासा झाला, तेव्हा प्रभाकर नानांनी शेतीची सर्व जबाबदारी स्वतःवर घेतली आणि संपतदादाची त्यांना चांगली साथ लाभली.

भल्या पहाटे उठून गायी-म्हशींचं दूध काढणं, त्यांचं चारापाणी पाहणं, शेती मशागतीची सर्व कामं संपतदादा आनंदानं करत असे. लहान असताना तो माझ्याबरोबर भुजबळ तात्यांच्या तालमीत येत असे. तिथं व्यायाम आणि कुस्तीचा सराव करत असे. त्यामुळं त्याचं शरीर चांगलं पीळदार झालं होतं.

संपतदादा घरात सर्वांत लहान असल्यामुळं सर्वांचाच लाडका होता. मूलतः तो कष्टाळू वृत्तीचा असल्यानं शाळा सोडल्यानंतर त्यानं गायी-म्हशी सांभाळण्याचं काम

हाती घेतलं. गोठ्यातले चार बैल, दहा-बारा गायी आणि दोन म्हशींचं चारापाणी करण्यात तो प्रभाकर नानांना मदत करू लागला. दिवसभर दोन्ही म्हशींना शेतातल्या बांधांवर, तलावाजवळच्या शेतावर चरायला घेऊन जाण्यात तो आनंद मानत असे. दुपारी म्हशींना तलावातल्या, डोहातल्या पाण्यात बसवून तो आईनं बांधून दिलेली चटणी-भाकरी खात असे; परंतु दिवसभर उन्हामध्ये पाण्याशिवाय भटकंती होत असल्यानं त्याला लहान वयातच म्हणजे बारा-तेरा वर्षांचा असताना मूतखड्याचा त्रास सुरू झाला. पोटदुखीनं संपत त्रस्त झाला. तेव्हा गावातल्या डॉक्टरांनी किरकोळ उपचार करून पुढील उपचारासाठी त्याला नगरला मोठ्या हॉस्पिटलमध्ये उपचार घेण्याबाबत सुचवलं. तिथं चार-पाच दिवस औषधोपचार घेऊन संपतदादाची तब्येत पूर्ववत झाली. कुटुंबातल्या सर्वांचीच काळजी दूर झाली.

हॉस्पिटलमधून घरी आल्यानंतर संपतदादानं पुन्हा गोठ्यातल्या जनावरांकडं लक्ष देण्यास सुरुवात केली. गायी-म्हशींना चारापाणी करून झाल्यानंतर तास न् तास तो जनावरांना प्रेमानं कुरवाळत असे. गोठ्यातली छोटी वासरं, शेळ्या आणि त्यांची करडं यांच्याशी त्याची मैत्री झाली होती. थोडा वेळ जरी संपतदादा दिसला नाही, तरी जनावरांचं हंबरणं, शेळ्या आणि करडांचं ओरडणं सुरू होत असे. यातून संपतचं पशुप्रेम दिसून येतं. घरच्या पाळीव कुत्र्यांनादेखील तो नियमितपणे भाकरी, दुधाचा काला करून खाऊ घालत असे. त्याचं हे नित्याचं काम आणि पशुप्रेम बघून आईला आणि आम्हा सर्वांनाच फार आनंद होत असे; परंतु त्यानं शिक्षण सोडल्याची खंत मात्र कायम मनामध्ये असायची.

संपत पंधरा-सोळा वर्षांचा झाल्यानंतर शेतातली सर्व कामं आनंदानं करू लागला. शेताची नांगरणी, पेरणी अशा सर्व कामांमध्ये त्यानं प्रभाकर नानांना साथसोबत करण्यास सुरुवात केली. उन्हाळ्यामध्ये घरातल्या सदस्यांना आणि जनावरांना पाण्याची प्रचंड गरज भासत असे. घराजवळची विहीर आटल्यानंतर संपतदादा बैलगाडीत दोन मोठे बॅरल व्यवस्थित बांधून ठेवायचा आणि सर्वांसाठी दूरच्या विहिरीतून दोन खेपा करायचा. हे सर्व करताना त्याच्या चेहऱ्यावर कधीच नाराजी अथवा थकवा नसायचा. एकत्र कुटुंबासाठी भर उन्हामध्ये बैलगाडीतून पाणी वाहणारा छोटा भाऊ बघून अण्णांचे आणि माझे डोळे भरून यायचे; परंतु संपतदादा मात्र कामाचा आनंद एखाद्या खेळाप्रमाणं लुटत असे. गोठ्यातील गायी, म्हशी आणि चार बैलांसाठी तो दिवसभर राबत असे. कडबा कुट्टीची मशीन चालू करून कडब्याचा भुगा जनावरांना खाऊ घालत असे. संध्याकाळी हिरवा घास अथवा हिरवागार मका कापून बैलगाडी भरून हिरवा चारा तो जनावरांसाठी घेऊन येत असे. मका अथवा घासाची कापणी करण्यासाठी कमल वहिनी त्याला मदत करायची. संध्याकाळी बैलगाडीतून आणलेला हिरवा चारा

जनावरांना खाऊ घालताना तो कर्तव्यपूर्तीचा जणू आनंद लुटत असायचा. पोटभर हिरवा चारा खाऊन शांत झालेल्या जनावरांच्या पाठीवर थोपटून तो सर्व जनावरांना कुरवाळत असे. गायी-म्हशीदेखील संपतदादाचे हात चाटून त्याच्याबद्दल असलेलं त्यांचं प्रेम व्यक्त करत असत. सायंकाळच्या प्रसन्न वातावरणात ती मुकी जनावरं जणू काही पोटभर चारा खाऊन समाधानाचा ढेकर देत असल्याचा भास होत असे.

आमच्या शेतात पंधरा-वीस वर्षं राबणारे बैल म्हातारे झाल्यावर संपतदादा त्यांना मरेपर्यंत सांभाळत असे. त्यांचं आजारपण, डॉक्टर, औषध-पाणी अशा जबाबदाऱ्या तो विनासायास पार पाडत असे. आमच्या तांबूस रंगाच्या चंपळ्या नावाच्या बैलाला उतारवयात डोळ्यांमध्ये इन्फेक्शन झालं. त्यामुळं त्याच्या डोळ्यातून सतत पाणी वाहत असे. डॉक्टरनं डोळ्याचं ऑपरेशन करून त्याचा एक डोळा काढून टाकला. त्यानंतर वर्षभरानं त्याचा दुसरा डोळादेखील काढावा लागला; परंतु त्या अंध बैलाला संपतनं सुमारे तीन वर्षं घरातील एखाद्या वृद्ध व्यक्तीप्रमाणं सांभाळलं. त्याच्या डोळ्यात औषध घालणं, त्याला वेळेवर चारापाणी देणं इत्यादी सेवा करण्यात त्यानं तसूभरही उणीव ठेवली नाही. एवढंच नव्हे, तर त्या बैलाच्या मृत्यूनंतर त्याचं व्यवस्थित दफनही केलं. असं टोकाचं पशुप्रेम आणि त्यासाठी क्षणाचीही उसंत न घेता अमाप कष्ट सोसण्याची शारीरिक आणि मानसिक तयारी असलेली संपतदादासारखी दुसरी व्यक्ती माझ्या पाहण्यात नाही. क्वचित प्रसंगी कामाचा जास्त ताण आल्यावर आईबरोबर त्याचे मतभेद होत असत; परंतु प्रभाकर नाना किंवा मी त्याच्यावर रागावलो तर त्यानं कधीही उलट उत्तर दिल्याचं आठवत नाही. मोठा भाऊ म्हणून तो आम्हा सर्वांचा आदर करत असे. छोटा भाऊ म्हणून आम्हा सर्वांना संपतदादाबाबत आपुलकी आणि प्रेमाची भावना सतत मनामध्ये असते. कारण त्याच्या अंगी असलेली विनम्रता, कष्टाळू वृत्ती, त्याचं पशुप्रेम, कुटुंबवत्सलता, आज्ञाधारकपणा, स्वतःला झोकून देऊन काम करण्याची वृत्ती आणि कष्ट सोसतानादेखील त्यात आनंद मिळवण्याचा प्रयत्न या सद्गुणांमुळं संपतदादा खरोखर मुलखावेगळा भासतो.

संपतदादाचं लग्न २० नोव्हेंबर १९८९ रोजी उजनी पिंपळगाव येथील जगन्नाथ नाथू वाघ यांची कन्या विजया हिच्याशी झाले. त्यांना दोन मुलं झाली. विजया वहिनी संपतदादाची आणि दोन्ही मुलांची चांगली काळजी घ्यायची आणि आजही घेते.

संपतदादाच्या मुलांनी चांगला व्यवसाय करावा, या उद्देशानं नानांनी त्यांचा मुलगा दिलीप याच्या नावावर कर्ज काढून कापरी चौकात दोन मोठे गाळे बांधले. एकत्र कुटुंबात सर्वांसाठी राबणारे नाना कोणताही भेदभाव न करता स्पष्ट भूमिका घेतात आणि एकदा निर्णय घेतला, की तो तडीस नेतात.

दादांचा मोठा मुलगा धीरज यानं हार्डवेअरचं दुकान सुरू केलं असून 'प्लॅस्टो'

कंपनीच्या टाक्या, पाईप इत्यादींची एजन्सी घेतली आहे. त्याची व्यवसायातली प्रगती अतिशय चांगली आहे. संपतदादाचा छोटा मुलगा सूरज यानं किराणा मालाचं दुकान सुरू केलं असून आजूबाजूच्या पाच-सहा गावांमधले शेतकरी त्याच्याच दुकानातून किराणा माल खरेदी करतात. त्यामुळं थोड्याच काळात सूरजची व्यवसायात झालेली प्रगती प्रशंसनीय आहे. धीरज विवाहित असून त्याचा मुलगा राघव तीन वर्षांचा आहे. तो अतिशय बोलका व दिसायला सुंदर आहे. संपतदादा आणि विजया वहिनी हे दोघंही दिवसभर नातवाबरोबर गप्पा मारतात, त्याला खेळवतात आणि त्याच्या सहवासात स्वत:ला विसरून जातात.

आता संपतदादाचं वय जवळपास अठ्ठावन्न वर्षं असून बालवयात अतिशय कष्ट केल्यामुळं त्याला घशाचा संसर्ग होऊन सतत कोरडा खोकला येतो. त्यामुळं रात्र-रात्र झोप येत नाही. त्याला वातविकारही आहे, त्यामुळं सांधे दुखतात. आम्ही त्याला आमच्या जावयाच्या 'ऑस्कर हॉस्पिटल' कांदिवली, मुंबई इथं उपचारासाठी दोन-तीन वेळा नेलं. तिथं जावई डॉ. नितीन पवार आणि इतर तज्ज्ञ डॉक्टरांनी उपचार केले. सध्या तरी संपतदादाची प्रकृती ठीक आहे; परंतु आम्हा सर्वांना त्याच्या प्रकृतीची चिंता वाटते. कारण बालवयातच शेतीच्या मशागतीची कामं आणि गोठ्यातील गायी-म्हशींची जबाबदारी स्वत:च्या शिरावर घेतल्यामुळं त्याचं स्वत:च्या आरोग्याकडं दुर्लक्ष झालं, हे निश्चित! ईश्वर कृपेनं त्याची मुलं कर्तबगार आहेत. त्यामुळं मुलं, सुना, नातवंडं असा सुखाचा आनंद घरभर दरवळत आहे. तो तसाच कायम राहावा, अशी मी ईश्वराकडे प्रार्थना करतो.

संस्कार, नीतिमत्ता, कार्यक्षमता आणि कष्ट करण्याची चिकाटी अंगी असेल, तर विकासात गरिबी आडवी येत नाही. मदत करणारे हजारो हात पुढं येतात. योग्य वेळी आधार देतात. आमचे वडील म्हणजे दगडू तात्या रोहोकले यांच्या बालपणातच त्यांनी आईवडिलांचं छत्र गमावलं आणि आमचे दादा पोरके झाले. विधात्यानं बहुधा त्याच्या हातून झालेली चूक दुरुस्त करण्याचं नियोजन करूनच पुढच्या पिढीत जन्माला घातलं असावं. अन्यथा गरिबीचा शाप घेऊन जन्मलेल्या एका अनाथ मुलाची नंतरची पिढी एवढी कर्तबगार निपजावी, की त्यांपैकी कुणी गावचा सरपंच, पंचायत समिती सदस्य, कुणी उद्योजक, कुणी प्राध्यापक; तर कुणी आदर्श शेतकरी व्हावा आणि विशेष म्हणजे प्रत्येकानं आपले संस्कार न सोडता आपापल्या क्षेत्रात दृष्ट लागेल अशी विशेष कामगिरी करावी. निर्व्यसनी राहून पुढच्या पिढीसाठी आदर्शांची पखरण करावी, हे जगावेगळं घडलंय. प्रत्येक कुटुंबात असं वेगळं काही तरी घडावं, गरिबीचा शाप पुसला जावा आणि त्यांच्या पुढच्या पिढीनं चांगली नवनिर्मिती करून त्यांच्या आदर्शांची इतरांसाठी पुन्हा पेरणी करत राहावी, असा आमचा संकल्प आहे. आणि तशी सदिच्छा आम्ही या

यशोगाथेच्या माध्यमातून व्यक्त करत आहोत.

विंदा करंदीकरांनी आपल्या काव्यपंक्तीद्वारे लाखमोलाचा संदेश दिलेला आहे,

देणाऱ्याने देत जावे, घेणाऱ्याने घेत जावे
घेता घेता एक दिवस, देणाऱ्याचे हात घ्यावे...

•••

लेखक परिचय

प्रा. सुधाकर दगडुजी रोहोकले

शिक्षण :

- एम.कॉम., एम.एड. (फिजिकल एज्युकेशन), जी.डी.सी. अँड एबीएडमध्ये मुंबई विद्यापीठात प्रथम आणि सुवर्णपदक विजेते.

कारकीर्द :

- सेवानिवृत्त उपप्राचार्य, विकास ज्युनिअर कॉलेज, विक्रोळी, मुंबई. (कार्यकाळ - १९८६ ते २०२०)
- सेवानिवृत्त प्राध्यापक, विकास नाईट ज्युनिअर कॉलेज, विक्रोळी, मुंबई. (कार्यकाळ - १९९१ ते २०२०)
- 'राष्ट्रीय सेवा योजना प्रकल्प अधिकारी' म्हणून विकास ज्युनिअर कॉलेज येथे २४ वर्षे सेवाकार्य.

आवड आणि छंद :

- कुस्ती, कबड्डी या मैदानी खेळात विशेष रुची.
- दांडगा जनसंपर्क आणि समाजकार्याची विशेष आवड.
- वाचन, लेखन आणि वक्तृत्वाचा व्यासंग.
- कार्यक्रमांचे नियोजन आणि सूत्रसंचालन करण्याची आवड.

पुरस्कार :

- 'युवक प्रतिष्ठान' मुंबई यांच्यातर्फे २००७ मध्ये 'गुरू द्रोणाचार्य' या पुरस्काराने सन्मानित.
- मा. राज्यपाल शंकर नारायणन् यांच्या हस्ते समाजकार्याबद्दल पुरस्काराने सन्मानित.
- विद्याविकास एज्युकेशन सोसायटी, विक्रोळीतर्फे उत्तम शैक्षणिक कार्य, उत्तम प्रशासकीय कार्य आणि एचएससी परीक्षेत घवघवीत यश मिळवण्यात मोलाची भूमिका निभावल्याबद्दल दहा ते बारा वेळा सन्मानित.

रोहोकले कुटुंबाची जीवनगाथा मांडणारी निवडक छायाचित्रं

रुजले संस्कार इथे घडले माणिकमोती।
शोधुनी प्रकाशवाटा हे गगनभरारी घेती॥

अण्णा हजारेंसह सुधाकर रोहोकले, श्रद्धा रोहोकले आणि बाळासाहेब शिंदे सर

आई पार्वतीसह सर्व परिवार

आमदार निलेशजी लंके यांची मधुकर अण्णा यांच्या नगर येथील निवासस्थानी सदिच्छा भेट

आमदार निलेशजी लंकेसाहेब यांच्या हस्ते दूध उत्पादकांचा सन्मान झाल्यानंतरचा क्षण

काव्यलेखन सन्मान

ऑस्कर हॉस्पिटल गोरेगाव - अभिनेते सोनू सूद हे आमचा नातू
राजवीरचे कौतुक करताना

दूध उत्पादक शेतकऱ्यांना दिवाळी बोनस वाटप आणि सन्मान - वैभव दूध संकलन व डेअरी प्रॉडक्ट्सचे संस्थापक संदीपशेठ रोहोकले आणि मंचावर उपस्थित मान्यवर

दूध डेअरीच्या उद्घाटन प्रसंगी संबोधित करताना भाऊ

पद्मभूषण अण्णा हजारे यांना 'वैभव ॲग्रो इंडस्ट्रीज'च्या उत्पादनाबाबत माहिती देताना तरुण उद्योजक मयूर रोहोकले

पद्मश्री पोपटराव पवार आणि माधवराव लामखडेसाहेब या मान्यवरांचे यथोचित स्वागत करताना उद्योजक संदीपशेठ रोहोकले

पद्मश्री पोपटराव पवारसाहेब यांच्यासमवेत भाऊ

पाथर्डी तालुक्याचे तडफदार नेतृत्व, केदारेश्वर साखर कारखान्याचे चेअरमन प्रतापकाका ढाकणेसाहेब यांची भाऊंच्या घरी सदिच्छा भेट, पाहुण्यांसमवेत अभिजीत, संदीपशेठ आणि शांता वहिनी

स्व. गोपीनाथजी मुंढेसाहेब यांच्या हस्ते गुरू द्रोणाचार्य पुरस्कार स्वीकारताना

भाऊबिजेची भेट, माहेरची साडी कुटुंबातल्या सर्व मुलींना देताना मधुकर अण्णा

भारताच्या हॉकी संघाचा माजी कर्णधार धनराज पिल्ले यांच्या हस्ते सन्मान
स्वीकारताना सुधाकर रोहोकले

मधुकर अण्णांच्या निवासस्थानी एकत्र आलेल्या परिवारातल्या मुली, जावई, मुले आणि सुना

महाराष्ट्राचे जाणते नेतृत्व आदरणीय शरदचंद्रजी पवारसाहेब यांच्यासमवेत भाऊ

माजी राज्यपाल मा. शंकर नारायणन् यांच्या हस्ते सन्मान स्वीकारताना

माजी खासदार स्व. शंकरराव काळेसाहेब यांच्यासमवेत बाबासाहेब लावंड आणि भाऊ

माजी आमदार स्व. वसंतराव झावरे-पाटील यांच्या समवेत गंगाराम भाऊ रोहोकले.

राष्ट्रीय सेवा योजना शिबिर

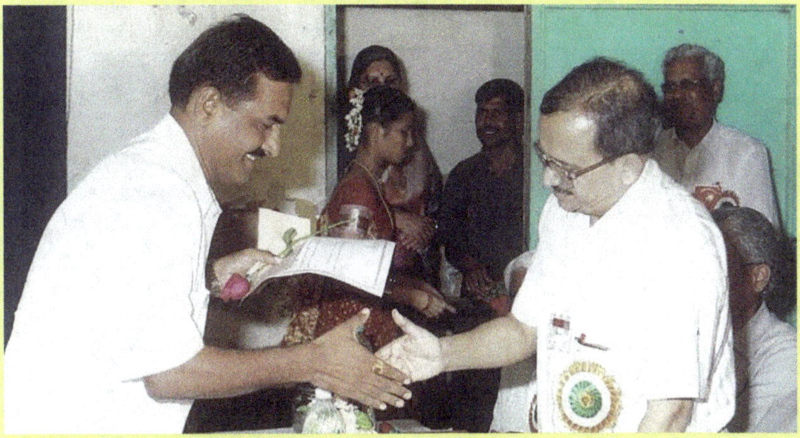

माजी शिक्षण सचिव जयराज फाटक यांच्या हस्ते सन्मान स्वीकारताना

मा. प्रतापकाका ढाकणे भाऊंच्या तब्येतीची आपुलकीने चौकशी करतानाचा सुखद क्षण

वैभव दूध डेअरीशी कौटुंबिक नाते व विश्वास ठेवून कार्यक्रमस्थळी बहुसंख्येने उपस्थित दूध उत्पादक

वर्गमित्र मुंबईचे महापौर श्री विश्वनाथ महाडेश्वर यांच्यासोबत प्रा. रोहोकले

ऑस्कर हॉस्पिटल ठाणे-संस्थापक, आमचे जावई डॉ. नितीन पवार मा. मुख्यमंत्री एकनाथ शिंदे यांचे स्वागत करताना

केंद्रिय मंत्री मा. नितीन गडकरी यांच्या समवेत युवा नेता सौरभ कुंडलिक

म.वि.प्र.स.चे यशवंतराव चव्हाण आर्ट्स, कॉमर्स अॅण्ड सायन्स कॉलेजचे प्राचार्य, आमचे जावई डॉ पंढरीनाथ शेळके

सन २०२१-२२ या वर्षातील मुंबई महापौर आदर्श शिक्षक पुरस्कार मा. शिक्षणमंत्री दीपक केसरकर यांच्या हस्ते स्वीकारताना श्रद्धा सुधाकर रोहोकले

कुंडलिक ऑटोमेशन चाकण येथील स्टाफसोबत कंपनीचे संस्थापक,
आमचे जावई पोपटराव कुंडलिक.

वैभव ॲग्रो इंडस्ट्रीज नगर या कंपनीतील कर्मचा-यांना बोनस व दिवाळी भेटवस्तूंचे
वाटप करताना संस्थापक मधुकरराव रोहोकले, मंदा वहिणी आणि इतर.

तरुण उद्योजक संदीपशेठ प्रभाकर रोहोकले यांचे वैभव दूध संकलन केंद्र

महाराष्ट्राचे मुख्यमंत्री मा. एकनाथ शिंदे यांच्यासमवेत ऑस्कर ग्रुप ऑफ हॉस्पिटलचे संस्थापक, आमचे जावई डॉ. नितीन पवार, डॉ. सतीश वणवे आणि डॉ. राजेश काकडे

दिलीप प्रभाकर रोहोकले यांचा कमिन्स इंडिया कंपनीमध्ये नवीन इंजीन डेव्हलपमेंट क्षेत्रामध्ये उल्लेखनीय कामगिरी केल्याबद्दल २०२३ च्या उत्कृष्टता पुरस्काराने सन्मान

मुलगा धिरजच्या हार्डवेअर स्टोअरमध्ये मदत करताना संपतदादा

'वैभव डेअरी'च्या प्रॉडक्ट्सचे सेल्स काउंटर सांभाळताना प्रभाकर नाना

यशस्वी उद्योजक माधवराव लामखडे नातू
श्रेयन व नात इशिता यांच्यासमवेत

वैभव ट्रेलरसह तरुण उद्योजक
मिलींद मधुकरराव रोहोकले

स्वतःच्या किराणा दुकानामध्ये बसलेले सूरज संपतराव रोहोकले

स्वतःच्या हार्डवेअर
दुकानामध्ये बसलेले
धीरजशेठ संपतराव
रोहोकले

पुस्तक प्रकाशित करणं झालं सोपं

अर्थात

#AnyoneCanPublish

अंतर्गत प्रकाशित झालेली पुस्तकं

अ.क्र.	पुस्तकाचे नाव	लेखकाचे नाव	विषय/ कॅटेगरी	किंमत
१.	पौर्णिमेच्या कथा	चिंतामणी देशपांडे	ललित	१३०/-
२.	मनाच्या आरश्यात	प्रिया खैरे पाटील	ललित	२४०/-
३.	दृष्टी	कांचन शेंडे	ललित	१९०/-
४.	चित्रकर्मी	आशिष निनगुरकर	ललित	२९९/-
५.	माझी भटकंती	दिलीप वैद्य	ललित	१५०/-
६.	कृष्णं वंदे जगद्गुरूम	श्यामसुंदर राठी	ललित	१९९/-
७.	केशव-लक्ष्मी कृपा	राधिका श्रीराम घोरपडे	ललित	१३०/-
८.	गंधाळलेली फुले	यशवंत पाटील	ललित	१९०/-
९.	भवताल	मनीषा आवेकर	ललित	१८०/-
१०.	अभिनयांकित	जयश्री दानवे	ललित	२५०/-
११.	फुलांच्या दुनियेत	मृणाल तुळपुळे	ललित	१७०/-
१२.	मुरडण	बालाजी मदन इंगळे	ललित	१३०/-
१३.	कवडसे	डॉ. अरविंद वैद्य	ललित	३५०/-
१४.	राम तोचि विठ्ठल	शीला देशमुख	ललित	१५०/-
१५.	भावबंध	मोहन सरडे	ललित	१७०/-
१६.	फुलबाग	सुरेश गर्जे	ललित	१२०/-
१७.	पैसा, पैसा आणि पैसा	सुरेश गर्जे	ललित	१७०/-
१८.	भारतभर सायकलभ्रमण	दत्तात्रय मेहेंदळे	ललित	३७०/-
१९.	आहे सुगम तरी...	विजय श्रोत्रिय	ललित	२२०/-
२०.	हे जीवन सुंदर आहे	मंगेश चौधरी	ललित	२५०/-
२१.	'च' कशाचा	अरुंधती लोंढे	ललित	१८०/-
२२.	मनतरंग	प्रिया खैरे पाटील	कविता	१३०/-
२३.	आत्मसंवाद	रमेश राठोड	कविता	१३०/-

२४.	साद	पुष्पा तारे	कविता	१६०/-
२५.	वाट चालता चालता	पुष्पा सराफ, रोशनी सराफ, नक्षत्रा सराफ	कविता	१३०/-
२६.	पाऊलवाटेवर चालताना	सुचेता अवसरे	कविता	१३०/-
२७.	बापा तुझं आभाळ	हनुमंत भवारी	कविता	१३०/-
२८.	प्रपात	प्रणव लेले	कविता	१२५/-
२९.	बासरी	किरण वेताळ	कविता	१२५/-
३०.	भरून येणाऱ्या डोळ्यांतून	अरुणकुमार जोशी	कविता	१२०/-
३१.	An Eternal	Dr. Arjun Shirsath	कविता	140/-
३२.	चैत्रपालवी	चैत्राली कुळकर्णी	कविता	१८०/-
३३.	काट्यातले मोरपीस	अरुण कटारे	कविता	१८०/-
३४.	पालवी	काशीराम बोर	कविता	१३०/-
३५.	अंतरंग सावल्यांचे	सदाशिव शेंडे	कविता	१९०/-
३६.	कोवळी पाने	संदीप काळे	कविता	१२५/-
३७.	सप्रेम	अर्जुन शिरसाठ	कविता	१४०/-
३८.	साष्टांग	अर्जुन शिरसाठ	कविता	१४०/-
३९.	माणूस म्हणून जगा	उदय माळगावकर	कविता	२६०/-
४०.	जीवन प्रवाह	दीपक भोजराज	कविता	२६०/-
४१.	मुक्तछंद	डॉ. स्मिता झंवर	कविता	१२०/-
४२.	काव्यसुधा	प्रकाश निर्मळे	कविता	१२०/-
४३.	तळ धुंडाळताना	ज्योती जोशी	कविता	२५०/-
४४.	नेत्र हवे मज	गोविंद कुळकर्णी	कविता	१९९/-
४५.	स्वर व्यंजनी	प्रसाद पाठारे	बालकविता	१२०/-
४६.	बाकी काही नाही	किरण वेताळ	कविता	१९९/-
४७.	उतरंड	उत्तमा पेठकर	कविता	१६९/-
४८.	रुपक कथा	शशांक देव	कथा	९९/-
४९.	मोलाची ठेव	कृष्णा पाटील	कथा	२२८/-
५०.	छोड अकेला फिर जाओ	उर्मी रुमी	कथा	१७०/-
५१.	धूमधडाका	मयूरेश कुलकर्णी	कथा	२३०/-
५२.	ठिकरीची फोडणी	अशोक कांबळे	कथा	१९०/-
५३.	वाटणी	कृष्णा पाटील	कथा	२५०/-

५४.	कर्मफल	काशीराम बोरे	कथा	१८०/-
५५.	गंधाळलेली फुले	प्रा.डॉ.यशवंत पाटील	कथा	१९०/-
५६.	गढीवरच्या आईसाहेब	प्रा.डॉ. यशवंत पाटील	कादंबरी	१५०/-
५७.	द्रौपदीबाई पठाण	प्रिया गोगावले-विखे	कादंबरी	१६०/-
५८.	रुबाब	अमोल सोंडकर	कादंबरी	१४०/-
५९.	घेरं	वासुदेव डहाके	कादंबरी	६७०/-
६०.	होम मिनिस्टर	युवराज कोरे	कादंबरी	१८०/-
६१.	तडजोड	निवृत्ती जोरी	कादंबरी	४९९/-
६२.	एक होती यशोदा	सुनील पांडे	कादंबरी	१२५/-
६३.	व्यक्तिमत्त्व विकासाचा कोलाज	विनोद बिडवाईक	सेल्फ हेल्प	२००/-
६४.	स्वयंविकासाची स्वयंप्रेरणा	विनोद बिडवाईक	सेल्फ हेल्प	२२०/-
६५.	शिवसूत्र	योगेश क्षत्रिय	सेल्फ हेल्प	२९०/-
६६.	Vitality in human resource	Vinod Bidvaik	सेल्फ हेल्प	299/-
६७.	Holistic approach	Vinod Bidvaik	सेल्फ हेल्प	120/-
६८.	महासत्तेच्या वाटेवर	युवराज कोरे	माहितीपर	१४०/-
६९.	इंडिया डायरी	प्रमोद देशपांडे	माहितीपर	२००/-
७०.	India Dairy	Pramod Deshpande (English)	माहितीपर	240/-
७१.	कचराकोंडी ते पंधरा कोटी	सतीश वैजापूरकर	माहितीपर	१८०/-
७२.	रेन वॉटर हारवेस्टींग	प्रवीण खांडवे	माहितीपर	१९९/-
७३.	ईशोपनिषद	सुरेश गर्जे	अध्यात्म	१५०/-
७४.	रामराज्य	सुरेश गर्जे	अध्यात्म	१७०/-
७५.	तुका आकाशाएवढा	सुरेश गर्जे	अध्यात्म	२२०/-
७६	Unalome	Shweta Bharati	अध्यात्म	250/-
७७.	दिव्य प्रवचनामृत	रविंद्र कांबळे	अध्यात्म	१४००/-
७८.	शिंपल्यातील मोती	अंजना चौगुले-चावरे	चरित्र	१९९/-
७९.	विवेकवेल	वसंत गायकवाड	चरित्र	४९९/-
८०.	Karmaveer Bhaurao Patil : Life and work of a rebel	Bharat Kavathekar	चरित्र	190/-

८१.	द जेनेटिक वेडिंग रिंग	मंदार मुंडले	नाटक	९९/-
८२.	The genetic wedding ring	Mandar Mundale	नाटक	99/-
८३.	महाविनाशाची पदचिन्हे	भाऊराव मुळे	नाटक	४९९/-
८४.	कोकणचे पारंपरिक खेळे	गोविंद कुळकर्णी	नाटक	२३०/-
८५.	प्रवासातून प्रबोधन	श्रीराम भास्करवार	प्रवासवर्णन	१९०/-
८६.	माझा युरोप प्रवास	अशोक केसरकर	प्रवासवर्णन	२८०/-
८७.	लंडन डायरी	रूपाली पाटील-मिरासदार	प्रवास	२२५/-
८८.	गिर्यारोहण	विजय देवधर	प्रवास	१५०/-
८९.	ओवीरूप भगवद्गीता	आर. जी. पाटील	तत्त्वज्ञान	८७०/-
९०.	ऋग्वेद अर्थसार	बापू कुंभार	तत्त्वज्ञान	४७०/-
९१.	आरोग्यधाम	बी. के. तेली (चौधरी)	आरोग्य	१५०/-
९२.	एक कण आयुर्वेदाचा	वैद्य रमा खटावकर	वैद्यकीय	२९९/-
९३.	Andra Recipe	Vijaya Lakshmi	पाककला	990/-
९४.	संपूर्ण दीपरामायण	दीपक करंदीकर	महाकाव्य	१४९९/-
९५.	भुकेलेल्या देशाची कृषि महासत्तेकडे वाटचाल	अनिल शिंदे	सामाजिक	२६०/-
९६.	'जागृती'तून जागृतीकडे	जयश्री काळे	सामाजिक	३८०/-
९७.	We are the quarry, fate is the Hunter	Prasad & Shubhada Godbole	Non-fiction	299/-
९८.	Rede an Das Gewissen	Dr. Rajendra Padture	Spiritual (Translation)	499/-
९९.	Incremental learning of Electricity Smart Meter Data	Archana Y. Chaudhari Preeti Mulay	टेक्निकल	850/-
१००.	अक्षर ओळख	ज्योत्स्ना पास्ते	शैक्षणिक	१९९/-
१०१.	सामर्थ्य विचारांचे	सतीश सूर्यवंशी	सुविचार	२५०/-
१०२.	अन्नगाथा	डॉ. मृणाल पेडणेकर	विज्ञान	१४०/-
१०३.	निवडक डॉ. गिरीश दाबके	डॉ. गिरीश दाबके	संपादन	५२०/-
१०४.	Titan slayers	Soha Mehendale	कॉमिक	180/-
१०५.	Twin-Win Situation	Chetaan Joshii	Fantasy	249/-